நாய்கள்

நகுலன் (1921 - 2007)

நவீனத் தமிழ் இலக்கியத்தின் முன்னோடி எழுத்தாளரான நகுலன் 1921இல் கும்பகோணத்தில் பிறந்தார். வாழ்ந்தது திருவனந்தபுரத்தில். இவரது இயற்பெயர் டி.கே. துரைசாமி. திருவனந்தபுரம் மார் இவானியஸ் கல்லூரியில் ஆங்கில விரிவுரையாளராக முப்பது ஆண்டுகள் பணியாற்றி ஓய்வு பெற்றார்.

சிறுகதை, நாவல், மொழிபெயர்ப்பு, கவிதை, கட்டுரை எனப் பல தளங்களில் தொடர்ந்து தீவிரமாக இயங்கினார். இவருடைய வாக்குமூலம், நினைவுப் பாதை, நிழல்கள், நாய்கள் போன்றவை தமிழின் மிகச் சிறந்த நாவல்களாகும். நாவல்கள் மட்டுமின்றி கவிதை, சிறுகதை, மொழிபெயர்ப்பு எனத் தான் எடுத்துக் கொண்ட ஒவ்வொரு துறையிலும் குறிப்பிடத்தக்க சாதனை நிகழ்த்தியவர். 'குமாரன் ஆசான்' விருதும், 'சாந்தோம் கம்யூனிகேஷன் சென்டர்' விருதும் பெற்றிருக்கிறார்.

இவர் தனது 86ஆவது வயதில் (17.5.2007) திருவனந்தபுரத்தில் மறைந்தார்.

இந்நூலைப் பதிப்பிக்க உதவிய
பேராசிரியர் கி. நாச்சிமுத்து
அவர்களுக்கு நன்றி.

நாய்கள்

நகுலன்

நற்றிணை பதிப்பகம்

நாய்கள் * நாவல் * நகுலன் * முதல் பதிப்பு: *1974* * நற்றிணை முதல் பதிப்பு: நவம்பர் *2013* * வெளியீடு: நற்றிணை பதிப்பகம், எண்: *6/84,* மல்லன் பொன்னப்பன் தெரு, திருவல்லிக்கேணி, சென்னை – *600005.*

Naikal * Novel * Nagulan * First Edition: 1974 * Natrinai First Edition: November 2013 * Size: Demy 1/8 * Paper: 18.6 kg maplitho * Pages: 88 * Published by Natrinai Pathippagam, No. 6/84, Mallan Ponnappan Street, Triplicane, Chennai-600005 * Phone : 044-2848 2818 * Mobile: 90952 91222 * E-mail: natrinaipathippagam@gmail.com * Website: natrinaipathippagam.com

* Printed at: Sai Thendral Printers, Chennai - 600005 * Mobile: 90954 91222, 90956 91222 * E-mail: saithendralprinters@gmail.com

* இணையம் மூலம் புத்தகம் வாங்க : www.natrinaibooks.com

சில வார்த்தைகள்

இது நான் எழுதிய நாவல்களில் ஆறாவது நாவல். இந்த ஆறு நாவல்களில் 'நிழல்கள்', 'நினைவுப்பாதை' இவ்விரண்டும் புஸ்தக ஸ்தாபனங்கள் வெளியிட்டவை. 'ரோகிகள்', 'குருஷேத்ரம்' என்ற தொகுப்பில் வந்தது. இரண்டு நாவல்கள் இன்னும் கையெழுத்துப் பிரதிகளாகவே இருக்கின்றன. இதைப் பற்றி நான் எவ்வித மனக்கிலேசமும் அடையவில்லை. ஒரு எழுத்தாளன் என்ற வகையில் எனது அடிப்படைக் கொள்கை களில் ஒன்று - ஒரு எழுத்தாளனுக்கு மூலதனம் அவன் எழுத்துதான். இது இப்பொழுது பிரசுரமாகிறது.

இந்த நாவல் எழுதுவதற்கும் பிரசுரமாவதற்கும் காரணம், எனது சமீப காலத்தியச் சில அனுபவங்கள். இப்பொழுது சில காலமாகப் 'பசுவய்யா' எழுதிய கவிதைகள் என்னைக் கவர்ந்தன. அவர் எழுதிய 'நான் கண்ட நாய்கள்' என்ற கவிதைதான் இதற்கு மூல வித்து. நாவலில் முதல் அதிகாரத்தில் இந்தக் கவிதையை நான் வேறு வகையில் அப்படியே எழுதியிருக்கிறேன். இதைத் தொடர்ந்து இதே காலகட்டத்தில் ந. முத்துசாமி 'பசுவய்யா' எழுதிய 'ஆந்தைகள்' என்ற கவிதை யில் 'ஆந்தை' என்று குறிப்பிட்டவன் நான்தான் என்றும் (ஞானரதம் அக்டோபர் 73, ரசமட்டம் பக்கம் 15) இதைத் தொடர்ந்து சுந்தர ராமசாமி (பசுவய்யா) இது இப்படியில்லை என்றும், எழுத்தாளர்களைக் கதாபாத்திரங்களாகத் தன் சொந்த விருப்பு வெறுப்புகளை வெளியிட - "பாத்திரப் படைப்பிற்கான நோக்கங்கள் என்ற பாதுகாப்பில்" - முதல் முதலாக நாவல் எழுதினவன் நான்தான் (ஞானரதம் - நவம்பர் 1973 - ரசமட்டம்- பக்கம் 21) என்றும் குறிப்பிட்டிருந்தார். ஏறக்குறைய இதே சமயத்தில் 'ஸிந்துஜா' என் பெயரைக் குறிப்பிடாமல் என் கவிதை ஒன்றை வைத்துக்கொண்டு 'தனக்கே'(?) தெரியாமல் கவிதை எழுதும் கவிஞர்களில் நான் ஒருவன் (சதங்கை - செப்டம்பர் 73 - அலுப்புத் தரும் நிழல் யுத்தம் - பக்கம் 24) என்று

குறிப்பிட்டிருந்தார். இதே பத்திரிகையில் திரு. வெங்கட்சாமிநாதன் என்னுடைய எந்த எழுத்தும் அவருக்கு ஆண்டர்ஸனின் சக்கரவர்த்தியின் ஆடையைத்தான் (சதங்கை - டிசம்பர் 73, பக்கம் 3) நினைவுறுத்துகிறது என்று எழுதியிருந்தார்.

இதையெல்லாம் நான் இங்கு எழுதுவது ஒரு விவாதத்தைக் கிளப்புவதற்கு அன்று. ஒரு எழுத்தாளன் என்ற வகையில் நான் அனுபவத்தை எப்படிக் கையாள்கிறேன் என்பதைச் சுட்டிக் காட்டுவதற்கே. 'பசுவய்யா' எழுதிய 'நான் கண்ட நாய்களி'ல் வரும் நாய்களில் நிச்சயமாகப் 'பசுவய்யா' என்னை ஒரு நாயாகக் குறிப்பிடவில்லை! ஆனால், எனக்குள் ஒரு கேள்வி எழுந்தது. ஒரு மனிதனை ஒரு நாய் என்று குறிப்பிட்டால் அதை நாம் ஏன் ஒரு சம்பிரதாய வசைமொழியாகக் கொள்ள வேண்டும் என்று எனக்குத் தோன்றிற்று! நாய் என்பதை ஒரு தத்துவக் குறியீடாக அமைத்துக்கொண்டு அதைத் தொடர்ந்து விசாரணை செய்வதே இந்த நாவலின் ஒரு முக்கிய நோக்கம். இதைப் போலவே ஒரு கதை ஒரு விமர்சகரிடம் 'சக்ரவர்த்தியின் ஆடை' என்ற பிரமையை எழுப்புமானால் எனக்கு அதுவும் ஒரு கவனிக்கப்பட வேண்டிய விஷயமாகத் தோன்றியதால் அதையும் ஒரு சரடாக இதில் அமைத்தேன். பிறகு நண்பர் 'ஸிந்துஜா' குறிப்பிட்டதையும் ஏற்றுக்கொண்டு அதிலும் ஒரு இலக்கியக் கொள்கை அமைந்திருப்பதையும் சுட்டிக் காட்டுவதும் என் நோக்கம்! பிறகு இந்நாவலில் வரும் ஒரு கதாபாத்திரத்திற்கு ஜான் துரைசாமி என்ற பெயரை வேண்டுமென்றே வைத்திருக் கிறேன். என்னைப் பற்றிய வரை என் பெயர் (எழுத்தாளன் அல்லாத சமயத்தில்) துரைசாமி என்றாலும் ஜான் துரைசாமி வேறு; டி.கே. துரைசாமி வேறு! இந்தப் புதுக்கவிதை சகாப்தத்தில் அதிகமாகச் சர்ச்சைக்குட்பட்டவர் அமரகவி சி. சுப்ரமண்ய பாரதி. அவர் இந்த நாவலில் ஒரு பாத்திரமாக வந்து சேர்ந்தது அகஸ்மாத்தாக வந்த விளைவு என்று மாத்திரம்.

கடைசியாக ஒரு வார்த்தை - நான் சந்தித்த மனிதர்கள், நான் படித்த புத்தகங்கள், நான் பெற்ற அனுபவங்கள் இவைகள் தான் என் படைப்புக்கு உதவும் ஆதாரத் தகவல்கள்; ஆனால், எனது எந்த நாவலும் இந்தத் தகவல்களின் 'நகல்கள்' (கலையே நகல் என்பதையும் இங்கு ஞாபகத்தில் வைத்துக்கொள்ள வேண்டும்!) அல்ல. அவைகளை அப்படிக் கருதினால் நான் அதற்கு ஜவாப்தாரியில்லை.

இந்த நாவல் உருவாவதற்குரிய சூழ்நிலையைச் சிருஷ்டி செய்த மேற்கூறிய என் நண்பர்களுக்கு என் நன்றி. இந்த

நாவலைப் படித்துவிட்டு அதைப் பிரசுரிப்பதற்கு என்னைத் தூண்டி உற்சாகமளித்த நண்பர்கள் சர்வ ஸ்ரீ ஷண்முக சுப்பையா, ஸ்ரீ நீல. பத்மநாபன் ஆகியவர்களுக்கும், இதை அச்சுப்பிழையின்றி தங்களுக்கே உரிய முறையில் சிறப்பாக வெளியிட்டு இதை விநியோகிக்க முன் வந்த 'வாசகர் வட்ட'த்திற்கும் நான் கடமைப்பட்டிருக்கிறேன்.

18.02.1974
திருவனந்தபுரம் **நகுலன்**

(முதல் பதிப்பில் இடம்பெற்ற முன்னுரை)

சமர்ப்பணம்
___

(இகர முதல்விக்கு)

நீ யாரோ
நான் யாரோ
யார் யாரோ
யார் இவரோ

– நகுலன்

நாய்கள்

நானும் நாய்களைப் பார்த்திருக்கிறேன். அவைகளின்
    அகாலத் துயிலை
    அகலும் புட்டியைச் சுவைக்க
    அவை செய்யும் வீண் முயற்சிகளை
    வாந்தியை முழுங்குவதை
    பேசுவதை நிறுத்த முடியாமல் தவிப்பதை
    பெண் துவாரம் தேடி அலைவதை
    உணவு தடுக்கப்பட்டால்
    கடிப்பதை

கண்ணால் பார்த்திராவிட்டாலும், காதால் உணரா விட்டாலும் – இவைகள் எனக்கும் தெரிந்தவை. அதன் புட்டி கறுத்திருக்கும், வால் நிமிர்ந்திருக்கும், அது உறுமும் என்பதும் தெரிந்ததுதான்.

வேறு எதைப் பற்றி, யாரைப் பற்றி என்ன வேண்டு மானாலும் பேசு – சொல் – ஆனால், என் விஷயத்தைப் பற்றி மாத்திரம் என்னவாவது பேசினாலோ செய்தாலோ,

    என்று
    உறுமும்
    நாய்களையும்
    நண்பா
    நான் பார்த்திருக்
    கிறேன்.

நண்பா இது ஆச்சரியமான விஷயம்; நேற்றிரவு 1:30 மணிவரை படித்துக்கொண்டிருந்தேன் – படித்த புத்தகம் ஜான் லெவி ஆங்கிலத்தில் எழுதிய 'உடனடி ஞானமும் சந்தோஷமும்'– அந்தப் புத்தகத்தின் முன்னுரையில் ஆசிரியர் எழுதியிருந்தார்– (நாய் நான் அதனிடம் வரவேண்டும் என்று காத்திராது –

என்னைக் கண்டால்தான் வரும்) சேனையில் துருப்புகளுக்குக் கொடுத்த பேச்சுகள் என்று. அவர் இந்தப் புத்தகத்தில் எழுதி யிருந்ததைப் படித்துப் பார்த்தால்? (நாய்கள் அகலமான – நாள் வெளிச்சத்தில் ஒன்றிலொன்று மாட்டிக்கொண்டு விடுபட முடியாமல் தவிப்பதைப் பார்த்திருக்கிறேன் – நாய்கள் மாத்திரமா? – ஒரு நாயின் பின்புறத்தை முகர்ந்துகொண்டு இன்னொரு நாய் போவதையும் பார்த்திருக்கிறேன் – நாய் மாத்திரமா? மிஸ்டர். ப்ளூம் ஞாபகம் – ப்ளஸ்) நண்பா. வேட்டை நாய்களைக் கண்டால் இந்த வெறும் நாய்களுக்கு ஏன் இவ்வளவு பரபரப்பு.

முன்னங் கால்களை
இரு சம கோடுகளாக
முன் நீட்டிப்
பின் கால்களைச் சுருக்கிப்
பின்புறத்தைச் சுருட்டி
அவைகள்

ஏன் இந்த வேட்டை நாய்களை வழிபடுகின்றன? ஏதோ புரிகிறது – தனக்கும் ஒரு விஷயம் புரிகிறது – நானும் ஒரு நாய் என்ற கர்வம்.

கேளடி
குதும்பாய்
கடவுளால்
உய்ந்தான்
பக்தன்
உட்கார்ந்த
பிள்ளை
எழுந்து
உலகளக்க
அடி பரவும்
அதிசயக் காக்ஷி!

நண்பா, என்றுமே இது இப்படித்தான் இருக்கிறது. அன்று முதல் இன்றுவரை – ஒருவன் அரியாசனத்தில் அமர்வதும் – பிறகு சீறுவதும் பிறகு சிறுமைப்படுவதும், மீண்டும் ஒருவன் நிற்பதும் இன்னொருவன் அவன் முன் உட்காருவதும் – வழி வழி அந்த விசேஷங்கள் – நீதான் என்ன செய்வாய். நீ அரசன் நான் பிச்சைக்காரன் என்றால்!

நண்பா, நான் முதலில் நாயைப் பார்த்ததே கிடையாது – இதுகூடத் தவறு – சிறு வயதில் தெரு நாயைப் பார்த்திருக்கலாம். ஆனால், எனக்கு அப்பொழுது 12 வயதிருக்கும் – அப்பொழுது அம்மா என்னிடம் கூறியதுதான் – நாய் என் பிரக்ஞையில் வந்தது – வந்து புகுந்தது – என்று சொல்ல வேண்டும். என்னிடம் கூறியது என்று எழுதுவதுகூடத் தவறு – வழக்கம்போல் நினைவின் தடுமாற்றம் – எனக்கு இப்பொழுது 50 வயது – பல விஷயங்கள் எனக்கு அவை மறந்துவிட்டன என்ற உணர்வு இல்லாமலே மறந்துவிடுகின்றன – உடலின் தளர்ச்சி? – உள்ளத்தின் உதாசீனம்? – அவள் என் அண்ணனிடம்தான் சொல்லிக்கொண்டிருந்தாள் – உன்னுடைய அப்பாவுடைய அப்பா – அவர் ஜட்ஜாக இருந்தார் – அவர் பெரிய வேட்டை நாய் ஒன்றை வைத்திருந்தார் – ராத்திரி வேளையில் மாடியிலிருந்து வெளித் திண்ணைத் தாழ்வாரத்திற்கு – அவர் வந்தால் அவர் கூடவே அந்த நாயும் வரும் – ராத்திரி அவர் படுக்கைக்குப் போகும்பொழுது பக்கத்து அறையில்தான் இருக்கும் – பகலில் அது அவர் ஆபிஸ் அறையில்தான் வாசம். இவ்வளவுதான் அம்மா சொன்னது – ஆனால், பல சமயங்களில் இந்தச் சம்பவம் ஞாபகம் வருகிறது – இப்படியாக – அவர் உன்னுடைய அப்பாவுடைய அப்பா – அவர் ஜட்ஜாக இருந்தார். அவர் பெரிய வேட்டை நாய் ஒன்றை வைத்திருந்தார் – அவர் எங்கு சென்றாலும் அது அவரைத் தொடர்ந்து வரும் – இது ஏன்? உடலின் தளர்ச்சியா? அல்லது உள்ளத்தின் உதாசீனமா? ஒரு மனிதன் – ஒரு நாய் – ஒரு மனிதன் – ஒரு நாய் – ஒரு நாய் – ஒரு மனிதன் – ஒரு நாய் – ஒரு மனிதன் – ஒரு மனிதன் – ஒரு நாய் – ஒரு மனிதன் – ஒரு மனிதன் – ஒரு நாய் – ஒரு நாய் – ஒரு நாய் – ஒரு நாய்.

ஒரு நாய் (ஒரு மனிதன்) – ஒரு மனிதன் (ஒரு நாய்).

ஒரு நாய் –

மரா மரா மரா ராம ராம – நண்பா. நீ தாயுமானவர் படித்திருக்கிறாயா? – படித்திருக்கிறாயா நண்பா நீ தாயுமானவர்? – தாயுமானவர் நீ நண்பா படித்திருக்கிறாயா? நண்பா தாயுமானவர் படித்திருக்கிறாயா நீ? தாயும் ஆனவர் நண்பா – உனக்குத் தெரியுமா நண்பா – உனக்குத் தெரியுமா நண்பா – எனக்குத் தோன்றுகிறது – நண்பா – லெவியும் தாயுமானவரும் ஒரு வீட்டுப் பிள்ளைகள் என்று – லெவி தாயுமானவர் – தாயுமானவர் லெவி – பசுவய்யாவின் ஒரு கவிதை – மந்த்ரம் – அதை ஒரு கவிதை வாசிப்புக் கூட்டத்தில் ஸி.என். ஸ்ரீகண்டன் நாயர்

மிகவும் ஈடுபாடுடன் வாசித்தார் – ஒரே கரகோஷம். இதைப் பற்றிக் ‘கசடதபற’ என்ற பத்திரிகையில் ஃப்ரான்ஸிஸ் தங்கதுரை என்பவர் – யார் இவர்? – எழுதியிருந்தார் – அதை அப்படிப் பிரமாதமான கவிதை இல்லை என்றாலும். எந்த அடிப்படையில் என்று தெரிகிறது – கிறு கின்று – ஆனால், ஈதொன்று கேள் – மதுரையில்(?) கண்ணகி சொன்னது – ஒரு எழுத்தாளனுக்குத் தன் எழுத்தின் மீதுள்ள உரிமை பதிவு என்பது – ஒரு வியாபார அடிப்படையில் 50 வருஷத்திற்கு – ஆனால், அந்த எழுத்தில் பிரசுரமானவுடனேயே – அது வெளியானவுடனே, அச்சிடப் பட்டு அது விநியோகிக்கப்படும் அந்த முகூர்த்தத்திலேயே – அது காட்டும் – உள் – உருவம் – அவனிடமிருந்து வாசகன் கையில் சென்று விடுகிறது. அவன் உரிமை பறிபோய் விடுகிறது – நண்பா, நீ என்ன கேட்கப் போகின்றாய் என்பது எனக்குத் தெரியும் – இதை எழுதுவது நவீனனா அல்லது நகுலனா? நவீனன் – நகுலன். நகுலன் – நவீனன். நவீனன் ஒரு எழுத்தாளன்– நகுலன் ஒரு மனிதனின் புனைபெயர் – ஒரு வசதியின் பொருட்டு – நண்பா, எனக்குத் தோன்றுகிறது – ஒவ்வொரு பெயரும் ஒரு புனைபெயரென்று. எது உண்மை – எது பொய்– நவீனனை ஏன் ஒரு நாய் என்று சொல்லக்கூடாது? – நான் கண்ட நாய்களில் ஒரு நாய் என்று சொல்லக்கூடாது? இதை இன்னும் தொடர்ந்து கொண்டு போகலாம் – எல்லாம் நண்பா சமம் சமம் – அப்படி ஒன்றும், ‘சுந்தா’ பழைய ‘மணிக்கொடி’யில் எழுதியபடி நான் ஒருவிதத்தில் அப்படி ஒன்றும் ஸ்ரீமான் கவனிப்பவர் இல்லை என்றாலும், இருந்தாலும் – எழுத்தில் இந்த வார்த்தைகளுக்குத்தான் என்ன வேகம் – சிறு சிறு சம்பவங்கள் மனதில் – திட்டையாகப் படிந்திருக்கின்றன – இந்த நாவலை எழுதிக்கொண்டிருக்கும்போதே மனதில் ஒரு அயர்வுமீதுர, எழுதுவதைச் சற்று நிறுத்திவிட்டு, காலை 9:30 மணி சுமாருக்கு வழக்கமாகப் போவது போல தபால் ஆபீஸிற்குப் போனேன் – அது ஒரு உயர்ந்த கட்டிடம் – அதில் மூன்று அறைகள் – நடு அறையில் இரண்டு நாற்காலிகள் – அதில் வலது பக்கத்து நாற்காலியில் ஒரு பெண் – சற்றுக் கறுப்பு – ஆனால், அழகு – சலவை செய்த நல்ல வெள்ளை ரவிக்கை – அதன் அடியில் அவள் முலைக் கச்சுப் பளிச்சென்று தெரிந்தது– ஜன்னலில் சிறு சேமிப்பு இவ்விடம் என்று சிவப்புத் தகடில் வெள்ளை எழுத்தில் பொறிக்கப்பட்டிருந்தது. நான் அவள் எதிரில் கையில் பாஸ்புக்குடன் பணத்தை வைத்துக்கொண்டு நின்றேன். அவள் என்னவோ எழுதிக்கொண்டிருந்தாள் – நான் நின்றுகொண்டிருப்பது தெரிந்தும் அவள் என்னைச் சட்டை

செய்யவில்லை – சற்று நேரங்கழித்து என்னைப் பார்த்துப் புன்னகை செய்துவிட்டு "அடுத்த ஜன்னல்" – என்றாள் – நான் அப்பொழுதுதான் உயரப் பார்த்தேன் – அந்த வெள்ளைத் தகடில் 'பதிவுத் தபால்கள்' என்று எழுதியிருப்பதைப் பார்த்தேன். அப்படியானால் தகடும், மனுஷனும் சமம் – சமம் என்று என் மனம் முணுமுணுத்தது – அப்பொழுது எனக்கு எஸ். ஆல்பர்ட் 'இன்று' என்ற பத்திரிகையில் எழுதிய ஒரு கவிதை ஞாபகம் வந்தது. கவிதை வருமாறு.

இல்லாத கதை

விரிந்திருந்த பழம் பலகையை
இல்லாத கிழவி தின்றாள்;
தின்றலும் கிழவியும் முடிந்ததும்
சென்றவன் பார்க்க நேர்ந்தது
பலகை சிறுத்திருந்தது;
வயிறு பெருத்திருந்தது.

இக்கவிதை ஞாபகம் வந்ததும் என் உள்ளம் மனிதனும் மரக்கட்டையும் சேதனமும் அசேதனமும் சமம் – சமம் என்று அரற்றியது. இது ஏன் தேரை? உன்னால் சொல்ல முடியுமா? நீதான் தத்துவப் புலியாயிற்றே – அந்த ஜன்னலிலிருந்து அடுத்த ஜன்னலுக்கு நகர்ந்தேன் – அங்கிருந்தவர் மிகவும் மும்முரமாக வேலையில் ஈடுபட்டிருந்தார் – ஜன்னலுக்கு வெளியில் நான் நின்றுகொண்டிருந்த இடத்தில் சற்றுத் தள்ளி நான்கைந்து படிகள் – படிகள் இறுதியில் ஒரு குழாய் – அதன் அடியில் தண்ணீர் நிறைந்து நிற்கும் ஒரு கல் தொட்டி – சுற்றிலும் பச்சை நிழல் வீசிக்கொண்டிருந்த செடி கொடி மரங்கள் – அகஸ்மாத்தாக அந்தப் படிகள் ஒன்றில் ஒரு நாய் படுத்துக் கொண்டிருப்பதைப் பார்த்தேன் – கறுப்பும் சாம்பலும் விரவிய நிறம் – நல்ல மிருது – சதையின் மினுமினுப்பு – பார்க்க மிருதுவாக அழகாக இருந்தது. அதன் வயிறு மூச்சு விடுவதால் சிறிது சிறிதாக மேலும் கீழுமாகச் சலித்துக்கொண்டிருந்தது – எனக்கு அது ஒரு நாயாகத் தோன்றவில்லை – ஒரு வசீகரமான மானாகத்தான் தோன்றியது. அப்படியானால் மானும் நாயும் ஒன்றேதானா? – எந்த ஒரு வஸ்துவும் நமக்கு விகுதியாகத்தான் தோன்றுகிறது. ஆனால், எந்த ஒன்றும் அது விகுதி என்றால்கூட விகுதியாகத் தனித்தியங்குவதில்லை – ஒவ்வொரு விகுதியும் பகுதியின் அம்சம் என்று மாத்திரம் – அப்படியானால் பகுதி என்பதுதான் என்ன?

வீடு விட்டு
காடு சென்று
நாடிக் கண்டதை
நாலு பேரறியச்
சொல்லடி
வாலைப் பெண்ணே!

நண்பா. நீ விக்கிரமாதித்தன் கதை – பெரிய எழுத்து விக்கிரமாதித்தன் கதை – படித்திருக்கிறாயா? அந்தக் கதையில் வரும் 36 பதுமைகளில் ஒன்றைப் போல், வாலைப் பெண்ணவள், கோலக் குமரி அவள், தன் பவள வாய் திறந்து, கலீரெனச் சிரித்துச் சொல்வாள்; ஐயா, மெத்தப் படித்தவரே, இது என்ன கேள்வி? நீர் அறியீரா, சேர நன்னாட்டில் திருவனந்தை என்ற ஊரில் ஒரு கவிஞன் கவிதை புனைகிறான் – நாங்கள் எல்லோரும் அவன் கவிதைகளைப் படித்து ரஸிப்பதுண்டு – எங்கள் கதைகள் எப்படி விடுகதைகளோ அவன் கவிதைகளும் விடுகதைகளாகத்தான் எங்களுக்குத் தோன்றுகிறது – அவன் சொன்னான்.

ஆராய்ச்சி

பெட்டைக்கோழி
முட்டையிடும்
சேவல்கோழி
என்ன செய்யும்?
எனக்குத் தெரியாது
உனக்குத் தெரியாது!
ஒருவருக்கும் தெரியாது!

இதைச் சொல்லிவிட்டு அவள் மீண்டும் – "இதுதான் மெத்தப் படித்தவரே பகுதியின் விவகாரம். அது சரி, இந்த விக்கிரமாதித்த மகாராஜன் மந்திரிக்குப் பட்டி என்று ஏன் பெயர்?" என்று சொல்லி அவள் மறைந்தாள்.

மூல புருஷன்
அவன் நாமம்
கால காலன்
அவனருகில்
போகப் போக
அவனுருவம்
மாறக் கண்டேன்
வாலைப் பெண்ணே!

காலபைரவன்
அவன் நாமம்
என்று தெளிவாய்
இன்றே

நண்பா, தெரிகிறதா? பட்டி என்றால் மலையாளத்தில் நாய். அதாவது மதியூகி; பைரவன் என்பது மசானத்தில் நடனமாடும் ஆண்டியின் நாம விசேஷம்!

தெருவில் தேரையிடம் தேவையில்லாத மனிதன் என்று ஒரு அலக்ஷிய பாவம் – அதாவது சமூகத்திற்கு அவன் அவசிய மில்லை என்ற கணக்கில் – அவர்கள் பாஷையில் ஒரு 'ஸெமி'– இந்த மாதிரிச் சில 'ஸெமிகள்' அதனால்தான்?

அதனால்தான்? இது தெரியவில்லை என்றால், இன்னமும் நான் என்ன சொல்ல? இப்பொழுது தோன்றுகிறது இந்த நாவலை எழுது ஆரம்பித்ததே ஒரு தவறு; அதற்கு அடுத்த தவறு, எழுத ஆரம்பித்ததை நடுவில் விடாமல் தொடர்ந்து நடத்துவது! எழுத எழுதத்தான் அனுபவங்கள் "நான்", "நான்" என்று ஒன்றன்பின் ஒன்றாக வருகின்றன. தாயும் ஆனவர். அப்பாவைப் பற்றி என்ன சொல்வது – முன்னால் சொல்ல வேண்டியதை முன்னால் சொல்லி, பின்னால் சொல்வதை நடந்ததை நடந்தபடி சொல்வதா அல்லது சில விஷயங்களைச் சொல்லாமல் விடுவதா? அவரைப் பற்றிப் பல விஷயங்கள் சொல்ல வேண்டி இருக்கின்றன – நல்லது, கெட்டது, நானாவிதமானது – இப்படியாக. இப்படியாக – இப்பொழுது ஒன்று மாத்திரம் – எனக்கு அப்பொழுது வயது 12 – நாங்கள் அப்பொழுது டி.நகரில் வாசம் – பகல் மூன்று மணிக்கு நானும் அவரும் ஒரே நேர்கோடாக நீண்டு செல்லும் பாதை வழியாக மவுண்ட் ரோடில் இருந்த ஒரு நூல்நிலையத்திற்கு அவர், ஆங்கிலத்தில் துப்பறியும் நாவல்களை எடுக்கப்போவார் – தெரிந்தோ தெரியாமலோ இந்தத் துப்பறியும் நாவல்கள் புறத் தோற்றம் என்னை மிகவும் கவர்ந்தது – ஒரு சமயம் வேறு வழியாகத் திரும்பி வருகையில் – சைதாப்பேட்டை? – பகல் மங்கி அந்தி மடிந்து இரவு மெல்லப் பரவும் வேளை – வெகுதூரத்திலிருந்து வருகின்றது என்றது போல் ஒரு நிதானத்துடன் தூசிப் படலத்தை எழுப்பிக்கொண்டு ஒரு வேட்டை நாய்க் கூட்டம் வருவதைப் பார்த்துக்கொண்டு சாலையின் ஓரத்தில் நின்றுகொண்டிருந்தேன். இப்பொழுதும் அந்தக் காக்ஷி என் மனதில் வளைய வருகிறது – இது ஏன் தேரை? ஒரு வேட்டை நாய் – நீண்ட ஆகிருதி – அது அழகாக

இருக்கிறது – ஏனென்றால் அது மிகவும் வன்மை படைத்த ஒரு மிருகமாக இருக்கிறது – மடிந்து தொங்கும் காதுகள் அது விரைந்து செல்லும் வேகம் – தோற்றப் பொலிவினால் வெற்றி கண்டவர் என்னும்போது, தேரை, நான் என்ன சொல்ல? அப்பா அன்று என்னிடம் சொன்னார் "வேட்டை நாய்" என்றார். அவர் சொன்ன விதத்தில் ஒரு மரியாதை கலந்த அன்பு தொனித்ததை என்னில் ஏதோ ஒன்று கிரகித்துக்கொண்டது. அன்று அப்படி என்றால் இன்று இப்படி என்றால், அன்றும் இன்றும் அப்படி – இப்படி என்பவையெல்லாம் வார்த்தை களின் வேறுபாடே அல்லாமல் வாஸ்தவத்தின் ஒரே தன்மை; என்றாலும் தேரை விகுதியின் வசீகரத்திலிருந்து நம்மால் தப்ப முடியவில்லையே, தேரை; அதைத் தாண்டிப் பகுதி என்ற பேருண்மையை நம்மால் அடைய முடிகிறதா? ஆனால், நான் முன் சொன்னமாதிரி விகுதி என்பதுகூடப் பகுதியின் ஒரு அம்சம் என்று மாத்திரம் என்று நான் கூறியதின் தாத்பரியம்? இதைப் பற்றிப் பின்னர்; கேசவ மாதவன் காரிலிருந்து இறங்கி என்னைப் பார்க்க வரும்பொழுது, கெட்டிக்கார மணி (இவரைப் பற்றிப் பின்னர்) காரிலிருந்துகொண்டே தன் ட்ரைவரை நான் இருக்கிறேனா என்று பார்த்துவரச் சொல்லும்பொழுது, சிவன் தான் வாங்கிய சிவப்பு ஸ்போர்ட்ஸ் மாடல் ஸைக்கிளை வீட்டின் முன் வெளியில் வைத்துவிட்டு என் அறைக்குள் நுழைகையில், யுனிவர்ஸிட்டியின் குட்டி பஸ்ஸிலிருந்து ஆள் ஒரு கட்டு விடைத்தாள்களை நான் திருத்தக் கொண்டு வரும்பொழுது – நான் திரும்பிப் பார்க்காமலேயே எனக்குத் தெரியும் – அப்பா அங்கு இருப்பார் என்று. அப்பொழுது அவர் உணர்ந்திருக்க வேண்டும் – "இவன் தந்தை என் நோற்றான்கொல்" என்று. எவன் தந்தை? தன் மகன் தன்னையும் கேசவ மாதவன், கெட்டிக்கார மணி, புதிதாகச் சிவப்பு ஸ்போர்ட்ஸ் மாடல் ஸைக்கிள் வாங்கிய சிவன், குட்டி பஸ் மூலம் விடைத்தாள்களை அனுப்பும் சர்வகலாசாலை பரீக்ஷைகளை அடக்கி ஆளும் அதிகாரி(!) இவர்களின் ஸ்தானத்திற்குத் தன்னை உயர்த்தி விட்டான் என்றதில் அவருக்கு ஒரு திருப்தி. அவரவர்க்கு அவரவர் திருப்தி; நவீனனை ஏன் ஒரு நாய் என்று சொல்லக்கூடாது என்று எழுதியிருந்தேன்; ஒரு கட்டத்தில் அவன் தந்தை – ஏன் நாய் என்று சொல்லக்கூடாது என்றில்லை – ஏன் ஒரு தெரு நாய் என்றுகூடச் சொல்லக் கூடாது என்று கேட்டிருப்பார். அதைத் தொடர்ந்து கேட்டிருப்பார் – மணி நாலாகிவிட்டால் இந்த நாய் ஸைக்கிளை எடுத்துக்கொண்டு இன்னொரு நாயுடன் தெருத்தெருவாகச் சுற்றுகிறதாம் – ஒவ்வொரு தெருக்கோடியிலும் இந்த நாய்

வெற்றிலை போடுவதையும், கூட உள்ளது பீடி குடிப்பதையும் கண்டவர்கள் என்னிடம் சொல்லியிருக்கிறார்கள். நவீனனை ஏன் ஒரு நாய் என்று சொல்லக்கூடாது! ஆனால், அவருக்கு இப்பொழுது பரம சந்தோஷம்; தெரு நாய் வேட்டை நாய் ஆகிவிட்டதில். அவரைக் கேட்டால் சொல்லியிருப்பார் – வாழ்க்கை ஒரு பந்தயம்; அதில் ஜெயிப்பவனுக்குத்தான் இடம். அந்தக் கவிஞன் சொன்னமாதிரி வாழ்க்கையின் கண்கள் நம்மை முலைகளாக மயக்குகின்றன. விகுதியின் வசீகரத்தை யாரால்தான் தடுக்க முடியும்? ஆனால், வேட்டை நாயானாலும் நாய் நாய்தானே? காக்கைச் சிறகினிலே நந்தலாலா! இது பாரதி!

வாசகா! என்ன மந்திரமடா இது? அதுதான் வாசகன் என்று உன் திவ்ய நாமம்! உனக்குத்தான் எத்தனை எழுத்தாளர்கள், புத்தக வியாபாரிகள் பூஜை செய்கிறார்கள்! நானும்தான் உன்னை அழைக்கிறேன். அந்த அமெரிக்கக் கவிஞன் எழுதிய ஞாபகம் வருகிறது – "நானும் உனக்காக எங்கேயோ காத்துக்கொண்டிருக்கின்றேன்" எங்கேயோ படித்த ஞாபகம். வாழ்க்கை என்பதே ஒரு முற்றுப்பெறாத நீண்ட வாக்கியம் – அப்படி ஒரு நாவல் எழுத வேண்டுமென்றுதான் தொடங்கினேன் – வார்த்தைகளைப் பிணைத்து ஒரு வாக்கியமாக்கி, வாக்கியங்களைப் பிணைத்து 'ஒரு பத்தியாக்கி, பத்திகளைப் பகுதிகளாக வகுத்து, ஒரு நாவலைப் பல பகுதிகளை இடைவிட்டாக ஒன்றாகச் சேர்த்து எழுதுவதுதான் வழக்கம். இப்படி இல்லாமல் இடைவெளியில்லாமல் ஒரே அடியாக நான் எழுத வேண்டுவதையெல்லாம் எழுதித் தீர்த்துவிட்டால் என்ன என்று ஒரு உந்தல்; ஆனால், அப்படி எழுதினால் உன் கண்களுக்கு அலுப்புத் தட்டும் என்று ஒரே வாக்கியமாக இல்லாமல் ஒரே பத்தியாக இல்லாமல் பகுதிகளை மாத்திரம் வைத்துக்கொண்டு, சம்பிரதாய உருவத்தில் அதிகாரங்களை உதறிவிட்டு இந்த நாவலை எழுதுகிறேன். இந்த நாவலை எழுதிக்கொண்டிருக்கும்பொழுதே நீ பின்னாடி இருக்கிறாயா என்று திரும்பி நோக்கக்கூட எனக்கு அவகாச மில்லை. ஆனால், முன் எழுதின மாதிரி இதெல்லாம் முடிந்த பிறகு நானும் உனக்காக எங்கேயோ காத்துக்கொண்டு நிற்பேன் – நீயும் வருவாய் – என் அப்பா வந்ததைப் போல்!'

தேரை நீ தேரைதான்; அது ஏன் தேரை, முன்பின் கண்டிராத உன்னை, உடல் இல்லாமல் உயிர் இல்லாமல், உலவும் உன்னுடன் என்னால் இப்படி உறவுகொள்ள முடிகிறது? "போடா, பைத்தியம்" என்றுதான் நீ சொல்வாய். அன்று பகல் 1:30 மணிக்கு – நான் இந்த நாவல் எழுதுவதிலிருந்து கொஞ்சம்

ஆசுவாசம் எடுத்துக்கொண்டு உட்கார்ந்திருந்ததும், நீ மேஜை மீது இந்த நாவலின் முற்றுப்பெறாத கையெழுத்துப் பிரதியைப் படித்துவிட்டு எடுத்த எடுப்பில் சொன்னது ஞாபகம் வருகிறது. "என்னடா இது நாய்களைப் பற்றியே எழுதிக் கொண்டிருக்கிறாயே! நாயகி வரவே காணோமே! எல்லா இலக்கியத்திலும் நாயக-நாயகி பாவம் அடிப்படை ஆயிற்றே. சரி, நான் ஒரு கவிதை சொல்கிறேன். அதையும் உன் நாவலில் சேர்த்துக் கொள் என்று சொல்லிவிட்டுச் சொன்னான்.

அகத்துறை

நாலுகால் நாயகனவன்
தன்னிருகால் தரையில் பதிய
இருகால் கைகளாகப் பரவ
நேராக நின்று
தன் புட்டம் புடைத்து நிற்க
தன் வீர்யமும் சௌர்யம் காட்ட
பரவிய கைகளும்
பரிவுடன் தன் நாயகியை
தழுவி நிறுத்த
அதுவும் சலனமற்று வகையாக நிற்க
கூடியபின்
அவன் வாடி நிற்க
அவளும் ஒரு திசை செல்ல
இவனும் மறுதிசை செல்ல
காதலில் சிக்கிய பின்
அவை கழன்று சென்ற
காக்ஷி கண்டு
கண் விரித்துக் கண்டவரும்
"நாயகனால் நாயகியாம்
நாய்பட்டபாடுதான்
நாம் பட்ட பாடு;
அவனும்தான்; நானும்தான்"
என்று சொல்லிச்
சென்று மறைந்தார்.

இதைப் படித்துவிட்டு அவன் "எப்படி?" என்றான். "தேரை, நீ ஒரு பைத்தியம்" என்றேன். அவன் ஒன்றும் சொல்லாமல் ஜன்னல் வெளியாக என்னைத் தெருவைப் பார்க்கச் சொன்னான். ஒரு ஆண் நாய் ஒரு பெண் நாயைத்

தொடர்ந்துகொண்டிருந்தது; அது அதை அணுகியதும் அது மிகவும் பொறுமையாகக் காத்துக்கொண்டு நின்றுகொண்டிருந்தது. நான் திரும்பியதும் தேரையைக் காணவில்லை.

"யாவனீ? நினக்குள்ள திறமையென்னே?
யாதுணர்வாய்? கங்கை சுற்றித் திரிவதென்னே?
தேவனைப்போல் விழிப்பதென்னே? சிறியரோடும்
தெருவிலே நாய்களோடும் விளையாட்டென்னே? மீண்டும்
"புறத்தே நான் சுமக்கின்றேன்; அகத்தினுள்ளே
இன்னதொரு பழங்குப்பை நீ சுமக்கிறாய்."

நண்பா, இது பாரதி. ஆனால், குள்ளச்சாமி சென்று மறைந்தான். நாம்தான் எஞ்சி நிற்கிறோம்!!

தேரை திருவல்லிக்கேணியில் பல தெருக்களில் ஒன்றான மாரியம்மன் கோவில் தெருவில் 30ஆம் நம்பர் வீட்டில் இருந்ததாக ஞாபகம். ஞானரதத்தில் பாரதி இங்குதான் வசித்ததாக வாசித்த ஞாபகம் – வீரராகவ முதலித் தெரு – அதாவது 'ஞானரதத்தை'ப் பாரதியின் வாழ்க்கைக்கு ஆதாரமாக எடுத்துக் கொள்ளலாமென்றால் திருவல்லிக்கேணியில்தான் நான் பார்த்தபொழுது சி.சு. செல்லப்பாவும் இருந்தார். நான் அங்கு இப்பொழுது தேரையைத் தேடிக்கொண்டு சென்றேன். நடுப்பகல் – 1:30 மணி – நல்ல வெய்யில் – ஏதோ ஒரு முடுக்கு– பெயர் ஞாபகம் இல்லை – முடுக்குகளில் அது மவுண்ட் ரோடு– நேராகவும் வளைந்தும் அது நீண்டு நீண்டு சென்றுகொண்டே இருந்தது – பாம்பு நகர்ந்து, ஊர்ந்து விரைந்து செல்வதுபோல் என்னால் மாரியம்மன் கோவில் தெரு எங்கிருக்கிறது என்று கண்டுபிடிக்க முடியவில்லை. மணி 2.30 இருக்கும் – பசி வேறு வயிற்றைக் கிள்ளிக்கொண்டிருந்தது – ஆனால், இங்கு ஒரு ஹோட்டலும் தென்படவில்லை – பர்ஸைத் திறந்து சில்லறை எடுத்து ஒரு வெற்றிலைப் பாக்குக் கடையில் ஒரு முறை வெற்றிலை போட்டுக்கொண்டேன் – அவனிடம், "இங்கு மாரியம்மன் கோவில் தெரு எங்கிருக்கிறது தெரியுமா?" என்று கேட்டேன். அவன், "அப்படி ஒரு தெரு இல்லீங்களே" என்றான். நான் எனக்குள், "அது எப்படி இருக்கும். தேரை இருந்தால்தானே மாரியம்மன் கோவில் தெரு இருக்கும்?" என்று சொல்லிக்கொண்டு நகர்ந்தேன். வாசகா! என்ன மந்திரமடா இது! உன்னைப் பெரும்பான்மையாகக் கருதி உனக்குச் சிறுபான்மை – சிறுபான்மை என்று சொல்வதைவிட வெகு அல்பமான என்று சொல்லலாம். மூளைதான் இருக்கிறது என்கிறார்கள். எழுத்தாளர்கள் இந்தத் தவறைச் செய்யவில்லையா? நண்பா, எழுத்து என்பது சுக்கிலத் துளியோ

சுரோணிதமோ இல்லை; படைப்பாளி அப்படிச் சொன்னாலும் அவை உயிரின் பீஜங்களுமல்ல; அவைகளிலிருந்து உதிப்பவை, விமர்சகர் அப்படிச் சொன்னாலும், உயிருள்ள மனிதர்கள் இல்லை; பேப்பர் வெண்மை; மைக் கறுப்பு; இலை மூலம் கட்டவிழ்த்து விடப்படும் நிழல்கள்; இவ்வளவுதான் நண்பா, ஒரு நாவல். ஒரு சிறுகதை, ஒரு கவிதை இவற்றில் எதுவுமே ஒரு கடை முதலாளி எழுதும் வரவு – செலவுப் பேரேடோ, நாம் ஒருவருக்கு ஒருவர் எழுதும் கடிதங்களோ, ரிஜிஸ்டர் கச்சேரி (என்ன கச்சேரியோ)யில் பதிக்கும் தாஸ்தவேஜுகளோ இல்லை! நண்பா, உயிருள்ள மனிதர்கள், அவர்கள் தங்களை எவ்வளவு சுதந்திர சிந்தனைத் துடிப்புமிக்க புத்திஜீவிகள் என்று நினைத்துப் பாவித்துச் செயல் புரிந்தாலும், உனக்கும் எனக்கும் தெரியும்; அவர்கள் திரைக்குப் பின் நின்றுகொண்டு சூத்திரதாரன் சூத்திரக்கயிறை அசைப்பதற்கு ஏற்பத் துள்ளிக்குதிக்கும் பாவைகள் என்று! ஒவ்வொரு துறையிலும் இது இப்படித்தான். ஆனால், காகித வெண்மையில், மைக்கறுப்பில், கையெழுத வெள்ளைத்தாளில் விரைந்து செல்லும் இவ்வுருவங்கள் நம்மோடு வந்தாலும் நமக்குக் கட்டுப்பட்டவை அல்ல; அவை பாவை களுமல்ல; நாம் அவைகளை நம் தாளத்திற்கேற்பத் துள்ளும் பாவைகளைப் போல் சலிக்கச் செய்யும் சூத்திரதாரிகளுமில்லை. நண்பா, கலை ஒரு பொம்மலாட்டம் இல்லை!

இவ்வளவிற்கும் நான் நடந்துகொண்டுதானிருக்கிறேன்; இந்த முடுக்கு அப்படிக் குறுகலுமில்லை; அப்படி அகலமு மில்லை. எதிரே ஒரு குட்டிக் கோவில், இரும்புக் கதவு; கருப்புக் கல்; ரத்தக் குங்குமம்; தெற்றிப் பூக்கள்; அம்மன்; ஆதிமகமாயி; மாரியம்மன் கோவில் இதுவாகத்தான் இருக்க வேண்டும் என்று ஒரு போதம்; தெரு நிர்ஜனமாக இருந்தது; எங்கேயோ ஒரு காக்காய் பறந்து வந்து மாரியம்மன் கோவில்முன் சிறகடித்து நழுவியது; தொலைதூரத்தில் இருவர் பேசிக்கொண்டே வந்தனர்; வெயில் சற்றுக் குறைந்து வந்தது. மீண்டும் திடீரென்று வெள்ளையாக எரிந்தது; அவரில் ஒருவர் பிரிய ஒருவர் நான் இருக்கும் இடம் நோக்கி வந்துகொண்டிருந்தார்; அவரைப் பார்த்ததும் மறந்துபோன பெயரை ஞாபகம் கொண்டு வர முடியாமல் படும் ஒரு அவஸ்தை; அவர் என்னிடம் வந்ததும் நான் அவரிடம், “ஸார், இந்த எதிர் வீட்டில்தான் சுப்பிரமணிய பாரதி இருக்கிறாரா?” என்று கேட்டேன். அவர் எனக்குப் பதில் சொல்லாமல், “வாருங்கள் போகலாம்” என்று அந்த வீட்டின் முன் பாகத்தில் இருந்த மாடிப்படிகள் வழியாக என்னை மேல் அறைக்கு அழைத்துச் சென்றார். பிறகு அவர்

என்னிடம், "நவீனா, உனக்கு என்ன வந்துவிட்டது? நீ எந்த உலகத்தில் இருக்கிறாய்?" என்று கேட்டார். ஒரு கணத்தில் நான் விழித்துக்கொண்டேன். இந்த மாதிரி சமயங்கள் – பகுதி விகுதியை ஆட்கொள்ளும் சமயங்கள் – அர்த்த கர்ப்பமான கட்டங்கள், அனுபூதி நிறைந்த நிமிஷங்கள் என்றே எனக்குத் தோன்றுகிறது. ஆனால், நான் என்னைச் சமாளித்துக்கொண்டு, "தேரை, இந்த வெயில் மயக்கத்தில் என் நினைவு பிசகிவிட்டது என்றே நினைக்கிறேன். உன்னை நீ என்று கூடத் தெரிந்து கொள்ள முடியவில்லை என்றால்..." என்று நிறுத்தினேன். அப்படியானால் மறைந்து போன சுப்ரமணிய பாரதி வருவதும் இருந்துவரும் தேரை மறைவதும் எதன் பாற்பட்டவை? தோற்றம் மறைவு என்ற இரண்டும் ஒன்றேதானா?

அவன், "சரி; வா என் அறைக்குப் போகலாம்" என்றான். நான் அவன் பின்னாடி போனேன். மேல் மாடியில் இரு அறைகள்; ஒரு பெரிய அறை; அதை அடுத்து ஒரு சிறிய அறை– அந்தச் சிறிய அறையில் ஒரு பகுதியில் குழாய்; பெக்கெட்; ஒரு சுவர் தடுக்கப்பட்டு அதன் பின் கக்கூஸ்; ஃப்ளஷ் அவுட்; அவன் அறையில் ஒரு படமோ, புஸ்தகமோ ஒன்றுமில்லை. ஒரு மேஜை; நாற்காலி; ஒரு கட்டில்; அதில் விரித்த படுக்கை. அவன் கட்டிலில் உட்கார்ந்துகொண்டிருந்தான்; நான் நாற்காலி யிலும். அவன் என்னிடம், "நீ ஏன் என்னிடம் இங்குதான் சி. சுப்ரமண்ய பாரதி இருக்கிறார் என்று கேட்டாய்?" என்று கேட்டான். ஒன்றுமில்லை. தெரு நிர்ஜனமாயிருந்தது. அந்த அம்மன் கோயில். மேலும் திருவல்லிக்கேணி என்றதும் 'ஞானரதம்' ஞாபகம் வந்தது. மேலும்... "ஏன் தயங்குகிறாய்? என்னிடம் சொல்வதற்கு என்ன?" உனக்குத்தான் தெரியுமே. எனக்கு ஆரம்ப காலத்திலிருந்து இந்த எழுத்து விஷயத்தில் ஒரு கிறுக்கு உண்டு என்று. "ஆமாம்! இப்பொழுதெல்லாம் பாரதியைப் பற்றிப் பேசுகையில் எனக்கு ஒரு தடுமாற்றம்!"

"ஆமாம், தடுமாற்றம்."

"பாரதி அப்படி மகாகவி என்று சொல்லவும் முடியாது."

"ஆமாம், முடியாது."

"நீ என்ன என்னைப் பரிகாசம் செய்கிறாயா?"

"இல்லை. உனக்கே சில விஷயங்கள் புரிவதற்கு உன்னுடனேயே நான் வந்துகொண்டிருக்கிறேன். நீ இப்படியே பேசிக்கொண்டு போ." ஆனால், இப்பொழுது விஷயந்தெரிந்த வட்டாரங்களில் எல்லாம் கவிதையைப் பற்றிப் பேசும் பொழு

தெல்லாம் நாம் பாரதிக்கு முன்னாடியும் போகவில்லை – பின்னாடியும் போகவில்லை. ஏன், அவன் அளவிற்குக்கூடப் போகவில்லை என்கிறார்கள். எனக்கு ஒன்றும் புரியவில்லை. ஏன், எனக்குக்கூடப் பாரதி கவிதைகளிலிருந்து வரும் வரிகளைப் போல் இந்தப் புதுக்கவிதைகளிலிருந்து ஒரு கவிதை வரியும் நினைவில் சுழலமாட்டேன் என்கிறது. ஆனால், அதே சமயம் இந்தக் கவிதைகளை – புதுக்கவிதைகளைப் பற்றிப் புறக்கணிக்கவும் முடியவில்லை என்பது மாத்திரம் இல்லை. பாரதியை கம்பன், வள்ளுவன், இளங்கோ இவர்களுடன் ஒன்றுசேர நினைக்க முடியவில்லை என்று கூறும் அதே சமயம் இது முழுவதும் உண்மையா என்று எனக்கே தோன்றுகிறது. எனக்கே நான் என்ன பேசுகிறேன் என்று புரியவில்லை.”

தேரை சிறிது நேரம் பேசாமல் இருந்துவிட்டுப் பிறகு சொன்னான். “பேசுவது என்பதுதான் முக்கியமே தவிர என்ன பேசுகிறோம் என்பது இல்லை. பேசுவது என்று இங்கு கூறுகையில் நாம் நம் மனத்தைப் பின்தொடர்வதன்றி வேறில்லை. ஏனென்றால், ‘வாய்ச் சொற்களினால்’ ஒருவிதப் பயனுமில்லை. சரி, நீ பாரதியைப் பற்றி பேசியது மாத்திர மில்லை. புதுக்கவிதைகளைப் பற்றியும்தான் – இவையெல்லாம் இலக்கியத்தைப் பற்றிய விசாரணை இல்லை. பகுதி நம் முன் வைக்கும் புதிர்கள். சொல்லப்போனால், நாயைக் கண்டால் கல் கிடைக்கவில்லை, கல்லிருந்தால் நாயைக் காணவில்லை. “சரி, கீழே கஜமுக விலாஸில் போய்க் காப்பி சாப்பிட்டு வரலாம்” என்றான். ஹோட்டலுக்குப் போகும் வரையில் நாங்கள் இருவரும் ஒன்றும் பேசவில்லை.

இருவருமே ஹோட்டலில் இருந்து வெளி வந்ததும் தேரை நவீனனிடம், “வெற்றிலை போடுகிறாயா!” என்று கேட்டான்.

அவன் தலையை அசைத்தான்.

“அப்படியானால் ஒரு காலணாவுக்கு வெற்றிலை போட வேண்டிய சாமக்கிரியைகளை வாங்கிக்கொள். உன்னுடன் சிறிது நேரம் பேச வேண்டியிருக்கிறது.”

அவன், “சரி.”

இருவரும் மறுபடியும் நவீனன் – மனநிலையைப் பின்பற்றுவது என்றால் சி. சுப்ரமணிய பாரதி இருந்த வீட்டின்– மேல் – மாடி அறையில் புகுந்தனர். மணி அப்பொழுது 4:30. இது ஒரு கணக்கு.

தேரை, "நீ நாற்காலியில் உட்கார்ந்துகொள். நான் படுக்கையில் படுத்துக்கொண்டிருக்கிறேன்" என்றான்.

நவீனன், "சரி" என்றான்.

அவன் வெற்றிலை - பாக்குப் பொட்டலத்தைப் பிரித்து மீண்டும் வெற்றிலை போட ஆரம்பித்தான். தேரை அவனைப் பார்த்துக்கொண்டிருந்தான். அவன் ஒன்றும் பேசவில்லை.

தேரை கட்டிலிலிருந்து எழுந்து சென்று ஒருமுறை மூத்திரம் பெய்துவிட்டு மறுபடியும் படுக்கையில் படுத்துக்கொண்டான். இப்பொழுது அவன் பேசத் தொடங்கினான்.

"நான் கேட்பது சரிதானா? உனக்கும் கேசவமாதவனுக்கும் இடையில் ஒரு சிறு கசப்பு இருப்பதாக?"

"அவனுக்கு இருக்கலாம்."

தேரை சிரித்தான்.

"நீ ஏன் சிரிக்கிறாய்?"

"நீ கூறுவதைப் பார்த்தால் இருப்பதாகத் தெரிகிறது."

"நீ கேட்டால் அதற்குப் பதில் கூற வேண்டாமா?"

"நான் என்ன கேட்டேன்?"

"உங்கள் இருவருக்குமிடையில் மனஸ்தாபம் இருக்கிறதா என்று."

"இருக்கிறதா?"

"அவனுக்கு இருக்கலாம்."

தேரை மீண்டும் சிரித்தான்.

"நீ ஏன் சிரிக்கிறாய்?"

"நான் கேட்ட கேள்வியை நீ சரியாய் சொன்னாலும் உன் விடைதான் சரியாக இல்லை."

"ஏன்?"

அவன் மீண்டும் பேசாமல் இருந்தான். பிறகு என்ன நினைத்துக்கொண்டானோ என்னவோ அவன் நவீனனிடம், "நவீனா, உனக்கு மூத்திரம் போக வேண்டுமென்றால் போய்விட்டு வா. பிறகு பேசலாம்" என்றான்.

இதை வேண்டுமென்றேதான் தேரை சொன்னான். ஏனென்றால் தேரைக்குத் தெரியும் - நவீனனுக்கு அப்படியே

நகுலன் 25

'பாத்ரூம்' போகவேண்டுமென்றாலும் போகமாட்டான் என்று – வீட்டிற்குப் போய்த்தான் அதைச் செய்வான். அவனுக்குச் சில விஷயங்கள் பற்றிப் பயம் – கூச்சம். இது இந்த விஷயத்தில் மாத்திரமன்று, வேறு சில விஷயங்களைப் பற்றியும் இப்படித் தான். நவீனன் பேசாமல் இருந்தான். தேரை மறுபடியும், "போக வேண்டாமா?" என்று கேட்டான்; அவன், "வேண்டாம்" என்றான். சிறிதுநேரம் பேசாமலிருந்துவிட்டுத் தேரை மறுபடியும் நவீனனிடம் கேட்டான். "உனக்கு கேசவமாதவன் மீது கசப்பு ஏதாவது உண்டா?"

"இல்லை."

"பின்."

"எனக்கு அவன் எழுத்தில் சில எடுபடவில்லை என்று தோன்றியது. அதைக் குறித்து எழுதவும் செய்தேன்."

"அதனால்?"

"அது பிரசுரமாகியது."

"அதனால்."

"நீ என்ன எப்பொழுதும் நான் சொல்வதையே திருப்பித் திருப்பிச் சொல்கிறாய்?"

"நாம் இருவரும் யார்?"

"பேனா நுனியில் பிறந்து பேப்பர்மீது சலிக்கும் உருவங்கள்."

"அப்படியென்றால்?"

"நாம் ஒருவருமே இல்லை. நமக்கு உருவமோ, உயிரோ, உணர்ச்சிகளோ, உடலோ ஒன்றும் கிடையாது."

"அப்படியென்றால்?"

"எழுதினவன் ஏட்டைக் கெடுத்தான். படித்தவன் பாட்டைக் கெடுத்தான்."

"இப்பொழுது புரிகிறதா?"

"என்ன?"

"கேசவமாதவனுக்குப் பிரசுரம் என்பது ஒரு பிரச்சனையா?"

"இல்லை."

“பின் உன் எழுத்துப் பிரசுரமாவது பற்றி அவன் ஏன் கசப்புற வேண்டும்?”

“அதில்லை விஷயம்.”

“பின் விஷயம் என்ன?”

“நான் அவன் எழுத்து சில இடங்களில் எடுபடவில்லை என்றது அவனுக்குக் கசப்பைக் கொடுத்திருக்கலாம்.”

“அவன் உன்னிடம் சொன்னானா?”

“இல்லை.”

“பின் உனக்கு எப்படித் தெரியும்?”

“இது நடந்த பிறகு அவன் என்னைப் பார்க்கவில்லை.”

“நீ அவனைச் சென்று பார்த்தாயா?”

“இல்லை.”

“ஏன்? நீ ஏன் பார்க்கக்கூடாது?”

“நான் அவனை – அப்படிச் சொல்வதைவிட – அவன் எழுத்துச் சில இடங்களில் எடுபடவில்லை என்று எழுதிவிட்டு அவனைப் பார்ப்பது எப்படி?”

“நீ வேண்டுமென்றே அவன் எழுத்தைப் பற்றி இப்படி எழுதினாயா?”

“இல்லை.”

“பின் ஏன் இந்தக் குற்ற உணர்ச்சி?”

“அப்படி ஒன்றும் இல்லை.”

“பின்னென்ன?”

“உறவு முறிந்துவிடுமோ என்று.”

“இப்பொழுது உறவு இருக்கிறதா?”

“நீ இப்படிக் கேட்டால் நான் என்ன சொல்வது?”

“உனக்கு என்ன தோன்றுகிறதோ அதைச் சொல்.”

நவீனன் இப்பொழுது சற்றுப் பேசாமல் இருந்தான். பிறகு, “சொல்லட்டுமா?” என்றான். தேரை, “சொல்” என்றான்.

“நீ சற்றுமுன் என்னிடம் கேட்டது ஞாபகம் இருக்கும். ‘எனக்குப் பாத்ரூம் போக வேண்டுமா?’ என்று. எனக்கு உண்மையாகவே மூத்திரம் போக வேண்டுமென்றுதான்

இருந்தது. ஆனால், என்னால் இன்னொருவர் வீட்டில் இதைச் செய்ய இயலவில்லை."

"இப்பொழுது போய்விட்டு வரயா?"

"இப்பொழுது போனாலும் வராது" இங்கு தேரை சிரித்தான்.

"நீ ஏன் சிரிக்கிறாய்!"

"நீ கெட்டிக்காரன். ஏதோ ஒரு நாவல் எழுத வேண்டுமென்றால் பக்கம் பக்கமாக எழுத வேண்டுமென்றால் இப்படியும் உன்னால் எழுத முடிகிறதே என்று."

"அப்படி இல்லை."

தேரை மீண்டும் சிரித்தான். பிறகு, "உனக்குக் கோபம் வருகிறதா? நான் அதை விளையாட்டாகத்தான் சொன்னேன். தொடர்ந்து பேசு."

"மாத்திரமில்லை. உனக்கு அன்பு – கணபதியைத் தெரியுமில்லையா? அவன் இப்பொழுது அந்த – வேலை, இந்த-வேலையென்று அலைந்துவிட்டு இப்பொழுது சாமியராகி விட்டான்."

"சாமியாராவதும் ஒரு வேலைதானே?"

"நவீனா, சில விஷயங்களில் ஒரு குழந்தை மாதிரி இருக்கிறாய். சரி சொல்."

"அவன் சாமியாரான பிறகுகூட எங்கள் வீட்டுக்கு வந்தால் முதலாவது பாத்ரூமிற்குப் போய்விட்டு வருவான். என்னைக் கேட்காமலேயே."

"அதில் என்ன தப்பு?"

"தப்பில்லை. நான் அப்படிச் செய்வதில்லை."

"சரி. நாம் இதுகாறும் பேசியதற்கும் எனக்கும் கேசவ மாதவனுக்கும் இடையில் ஏற்பட்ட மனஸ்தாபத்திற்கும் என்ன தொடர்பு?"

"நீ உனக்கு மூத்திரம் வரும்பொழுது அதைத் தடுக்கக் கூடாது. அதைப் போலத்தான். நீ எனக்கு எது சரியாகத் தோன்றுகிறதோ அதை எழுத வேண்டும். நீயும் சரி, கேசவ மாதவனும் சரி, அதிகமாகப் படிக்கிறீர்கள், சிந்திக்கிறீர்கள். இரண்டும் தேவையில்லை. நவீனா, உனக்குச் சிந்தனை என்பது ஒரு வியாதி என்பது தெரியுமா?"

நவீனன் சிரித்தான்.

"நீ சிரிப்பதில் எனக்கு ஆக்ஷேபமில்லை. எனக்கும் கேசவ மாதவனைத் தெரியும் என்பது உனக்கும் தெரியும். அவனுடன் நான் வெட்டிவேர் ட்யூட்டோரியலில்தான் என்று நினைக்கிறேன் – ஒரு முறை பேசிக்கொண்டிருந்தேன். அப்பொழுது நாங்கள் இலக்கியத்தைப் பற்றித்தான் பேசிக்கொண்டிருந்தோம். அப்பொழுது அவன் தான் பேசுவதை நிறுத்திவிட்டு, 'தேரை, நாம் இலக்கியத்தைப் பேசிக்கொண்டிருக்கிறோம். ஆனால், நம் பிரக்ஞையில், தெருவில் பஸ் ஓடும் சப்தமும், அடுத்த வீட்டில் அந்தப் பையன் அர்த்தம் புரிந்துகொள்ளாமல் எதையோ மனப்பாடம் செய்வதும் இருக்கின்றன. உனக்குத் தெரியுமா என்று கேட்டான்."

"ஏன் இதைச் சொல்கிறாய்?"

"இதைப் போலவே நீ ஒருமுறை உன் நண்பன் தாமஸுடன் பேசும்பொழுது அவன் உன்னிடம் புஸ்தகம் எழுதுவது மாத்திரம் போதாது, அதைப் பிரசுரிப்பது, அதை விலைபோகச் செய்வது, இவையெல்லாம் ஏற்றுக்கொண்டு முன்னேறினால்தான் உன்னை ஒரு எழுத்தாளனாகப் பாவிக்க முடியும் என்று சொன்னான் என்று சொன்னாய்."

"அதனால்?"

"இடையில் பேசாதே. உனக்குச் சொன்னதையேதான் நான் எனக்கும் சொல்லிக்கொள்ள வேண்டியிருக்கிறது. நான் பேசி முடித்தபிறகுதான் எனக்கே நான் என்ன பேசினேன் என்று தெரியும்! நீ உன் முதல் நாவலை எழுதி அவனிடம் கொடுத்தாய்; அவனுக்கு அது அவ்வளவாகப் பிடித்திருக்குமா என்பதுகூட எனக்குச் சந்தேகமாகத்தான் இருக்கிறது – ஏனென்றால் அவன் எழுத்தின் போக்கு வேறு; உன் எழுத்தின் போக்கு வேறு – என்றாலும் உன் ஆர்வத்தால் உந்தப்பட்டு அவன் அதன் பிரசுரத்திற்கு ஏற்பாடு செய்தான். பிறகு நீ குறிப்பிட்ட உனக்கு முற்றிலும் திருப்தி தராத அவன் நாவல் வெளிவந்தது – அந்த நாவலைப் பற்றி ராமநாதன் போன்றவர்கள்கூட சிலாக்கியமான அபிப்பிராயம் சொன்னது தெரிந்திருக்கும். ஆனால், அவனுக்கு உன்னுடைய அபிப்பிராயம்தான் பெரிதாகப்பட்டிருக்க வேண்டும் – எதிரிடையாக இருந்த காரணத்தால், நீ இன்று என்ன நினைக்கிறாய் என்று எனக்குத் தெரியாது."

"இன்றும் என் அபிப்பிராயம் அதுதான்."

நகுலன் ❀ 29

“நீ சொல்வதைப் பார்த்தால் இது என்னவோ தலைபோகிற காரியம் மாதிரி கருதுவதாகத் தெரிகிறது!”

“இல்லையா?”

“இல்லை மாத்திரம் என்பது மாத்திரம் இல்லை. உன்னுடைய அபிப்பிராயத்திற்கு நீ முக்கியத்துவம் கொடுக்கிறாய் என்பதை என்னால் புரிந்துகொள்ள முடிகிறது. ஆனால், நீ சொல்வதைப் பார்த்தால் (எனக்கு உன்னைத் தெரியுமாதலால் நான் உன்னை நம்புவதில் எனக்கு ஆச்சரியமில்லை) அவன் ஏன் உன் அபிப்பிராயத்திற்கு இவ்வளவு மதிப்பு வைக்க வேண்டும் என்பதுதான் எனக்குத் தெரியவில்லை. யார்தான் நல்ல புத்தகங்களையே விடாமல் எழுதியிருக்கிறார்கள்? உன்னுடைய ‘அசல் – இலக்கியப் – புத்தகம்’ விற்கவில்லை; உன் அபிப்பிராயத்தின்படி அவனுடைய அரை இலக்கியப் புத்தகம் (அப்படி ஒன்று உண்டு என்றால்) விற்றது. இது உனக்கு உன் அபிப்பிராயத்தை வளப்படுத்தியது என்பதில் எனக்கு ஆச்சரியமில்லை. அவன் ஏன் அதை அப்படி எடுத்துக்கொள்ள வேண்டுமென்பதுதான் எனக்குப் புரியவில்லை. ஏன் என்றால் ஒரு புத்தகம் விற்பனை போவது என்பது அதன் தரத்தையோ தரமின்மையையோ மாத்திரம் சார்ந்தது அன்று; சில தரமற்றன விலை போகின்றன; சில தரமான புத்தகங்கள் விலை போவதில்லை. சில தரமில்லாதவை விலைபோவதில்லை. நண்பா, சிந்தனை என்பது ஒரு வியாதி.”

“நீ என்னதான் சொல்கிறாய்?”

“நான் புரிந்துகொண்ட வரையில் நீ அவனைப் பார்ப்பது மாதிரி உன்னைப் பார்த்தாய்; அவன் உன்னைப் பார்ப்பது மாதிரி தன்னைப் பார்த்தான். யார்க்கு யார் மீது கசப்பு என்று எனக்குத் தெரியவில்லை.”

“சற்றுப் பொறு. நான் சொல்வதை நான் சொல்லி முடித்துவிடுகிறேன். நீங்கள் இருவரும் அனுமானங்களைப் பிரத்யக்ஷமாகக் கண்டு மயங்குகிறீர்கள். ஆனால், உங்களை நான் ஏன் குறை கூறவேண்டும். ஏனென்றால், நீங்கள் எழுத்தாளர்கள். பார்க்கப்போனால் இங்கு ஒருவருமே இல்லை – நீயும் சரி, நானும் சரி, கேசவமாதவனும் சரி, நவீனா, நாம் பேப்பரில் நகர்ந்து செல்லும் நிழல் உருவங்கள்கூட இல்லை!”

“சரி, போவதற்கு முன் நான் ஸ்விச்சைப் போடுகிறேன். பிறகு நீ போகலாம்” என்றான். அப்பொழுதுதான் நவீனனுக்கு அவர்கள் இருவரும் அதுவரையில் இருட்டில் பேசிக்கொண்டிருந்தார்கள் என்ற போதம் வந்தது.

விளக்கு பளிச்செனப் பிரகாசித்ததும் அவன் கதவருகில் ஒரு நாய் சுருண்டு படுத்துக்கொண்டிருப்பதைப் பார்த்தான். தேரை அவனிடம் சொன்னான். "இது ஒரு தெரு நாய். ராத்திரி நான் சாப்பிட்டதில் மீதி கொடுப்பேன் (தேரை ஒரு பிரம்மச்சாரி; பிறகு 'ஸெமி'" என்ற பேருக்கேற்ப அவன் தானாகவே சமைத்துச் சாப்பிட்டுக்கொண்டிருந்தான்) அதனால் இது பகல் பூரா தெருத் தெருவாக அலைந்துவிட்டு – ராத்திரி இங்கு வந்து படுத்துக்கொள்ளும்" என்றான்.

மணி 10:30. நவீனன் தன் அறைக்குப் போகும் வரையில் தான் அதுவரை பேசிக்கொண்டிருந்தது சி. சுப்ரமணிய பாரதியுடனா அல்லது தேரையுடனா என்று நிச்சயிக்க முடியாமல் மனங்குழம்பிக்கொண்டிருந்தான்.

அன்று நவீனனும் ஹரிஹர சுப்ரமண்ய ஐயரும் சிவனும் மெயின் ரோடில் ஸேவியர் ரெஸ்டாரண்டில் தனியாக ஒரு அறையில் உட்கார்ந்துகொண்டிருந்தனர். இந்த நகரத்தில் மதுவிலக்கு எடுத்த பிறகு முக்கியமான தெருக்களில் எல்லாம் எவ்வளவு மது ஸ்தாபனங்கள் தென்பட்டன. மாதா கோவில் களைவிட, மசூதிகளைவிட, கோவில் கோபுரங்களைவிட இவை இந்த நகரத்தில் அதிகமாக இல்லையா? இங்கு நிரந்தரமாக வருபவர்களையும் அவனுக்குத் தெரியும். ஏன், அவன்கூடத் தன் வருமான நிலைமை சற்று உயர்ந்தவுடன் குடிக்காமல் இருந்தவன் குடிக்கத் தொடங்கினானோ என்று ஓரொரு சமயம் கேட்டுக்கொண்டதுண்டு. ஆனால், அது மாத்திரம் காரணமன்று என்பது அவனுக்குத் தெரியும். தேரை சொல்வானாக இருக்கலாம் – இதுதான் சிந்தனை என்ற வியாதி என்று – அது வகுக்க மட்டும் இல்லை. பிணைக்கவும் செய்யும் – காரணம் என்பதுதான் என்ன?

அவன் ஹரிஹர சுப்ரமண்ய ஐயரைச் சந்தித்ததும் ஒரு வேடிக்கைதான். அவன் இந்த ஊரில் இண்டர்மீடியேட் படித்துக் கொண்டிருந்தபொழுது அவர் பி.ஏ. இறுதி வகுப்பில் படித்துக் கொண்டிருந்தார். அவர்கள் – அவரும் அவருடைய சிநேகிதர் களும் – சுதேசியவாதிகள். வகுப்பில் கெட்டிக்காரர்கள் என்று பெயரெடுத்தவர்கள். அவர்களில் ஒருவர் பிற்காலத்தில் மாஜிஸ்ட்ரேட் ஆகவும், அவர்களில் மிகவும் புத்தி கூர்மை யுள்ளவன் என்றும் பெயரெடுத்தவன் – முதலில் தந்த வியாபாரம் செய்ததும், பிறகு ட்யூட்டோரியல் நடத்திப் பணம் சம்பாதித்ததும் பிறகு அதை நிறுத்தி சுகஜீவனம் நடத்தினதும் அவனுக்குத் தெரியாததில்லை. அப்படியானால் கெட்டிக்காரத் தனம் என்பதுதான் என்ன? – புத்தகத்தைப் படிப்பதும்

கேள்விகளைத் தயாரிப்பதும் அவைகளுக்குப் பொருத்தமான விடைகளைத் தயாரிப்பதும் பெரிய இடத்தில் கல்யாணம் செய்துகொள்வதும் நல்ல சலவை செய்த ஆடை தரிப்பதும் நன்றாகச் சாப்பிடுவதும்தானா? நடுவில் ஐ.ஏ.எஸ். பரீக்ஷையில் முடியுமானால் வெற்றி பெறுவதும்தானா? படிப்பு வராத பிள்ளைக்கு – படிப்பு வேண்டியிருக்கிறது – அரசியல் கக்ஷிகளுக்கு நடைமுறையில் அரசாங்கத்தைத் திறம்பட நடத்தத் திறமைசாலிகள் வேண்டியிருந்தது. கெட்டிக்காரத்தன்மை என்பதே என் கையில் உள்ள முதலை மார்க்கட் நிலவரம் தெரிந்து அதிக விலையில் விற்பதுதானா? அப்படியானால் ஆசைகள் ஆதர்சங்கள் என்பவை இல்லையா? வாழ்க்கையில் பட்டை போட்ட குதிரை மாதிரி கொள்ளுந் தண்ணீருமாகச் சந்துஷ்டி அடைந்து ஒரே நேர்கோடாகச் சலிப்பதுதானா? தேரை சிரிப்பான் – வார்த்தைகள், நவீனா, வார்த்தைகள் – உன் ஆசை, என் ஆசையில்லை, உன் ஆதர்சம் என் ஆதர்சம் இல்லை, உனக்குத் தெரியுமா; நவீனா, நவீனா உனக்குத் தெரியுமா, தெரியுமா உனக்கு நவீனா, ஒவ்வொரு ஆசையும் ஒவ்வொரு ஆதர்சமும் அந்தக் கவிஞன் எழுதிய மாதிரி; (நாயின்) வாய்க்கு எட்டாது நகர்ந்து ஓடும்.

புட்டியின் ஜாலம்! "அவனே அந்தக் கவிதையில் எழுதிய மாதிரி; நான் கண்ட நாய்களின் சீலங்கள் வாலுக்கு ஒருவிதம். வருஷங்களுக்கு முன் திருவல்லிக்கேணியில் சுப்ரமணிய பாரதி இந்த உலகில் சில நாட்கள் தங்கிவிட்டுப் போனான். இப்பொழுது அங்கு தேரை என்ற ஒரு ஸெமி இருக்கிறான். தேரை மீண்டும் சொல்வான்; நவீனா, நீயும் சரி, உனது நண்பனா, எதிரியா – அவன் பெயரென்ன கேசவமாதவனா? அவனும் சரி, வார்த்தைகளிலிருந்து நகர்ந்தாலொழிய, சிந்தனையின் மயக்கத்திலிருந்து விடுபட்டாலொழிய, ஏதொன்றையும் புரிந்துகொள்ளப் போவதில்லை! சரி, சரி, சரி காமா பத நீ ஸா!! தன் தம்பியின் கல்யாணத்திற்கு வந்திருந்த ஹரிஹர சுப்ரமண்ய ஐயரை வெகு வருஷங்களுக்குப் பிறகு பார்த்தான் நவீனன். அவன் தான் மாணவனாக இருந்த காலத்தில் பார்த்த ஹரிஹர சுப்ரமண்ய ஐயருக்கும் இப்பொழுது பார்த்த ஹரிஹர சுப்ரமண்ய ஐயருக்கும்தான் என்ன வித்தியாசம்! "கண்ணில் தெரியுதொரு தோற்றம்; அதில் கண்ணன் அழகு முழுதுமில்லை!" ஒல்லியாகச் சிவப்பாகச் சந்நியாசிக் கலர் கதராடை ஜிப்பா அணிந்துகொண்டிருந்த ஹரிஹர சுப்ரமண்யம் எங்கே? பருமனாக, பருமன் என்பதால் குள்ளமாக, வழுக்கை படர்ந்த தலையுடன் ஆனால், அப்பொழுது போல

இப்பொழுதும் பேசிக் கொண்டிருக்கும் ஹரிஹர சுப்ரமண்ய ஐயர் எங்கே? இந்தியா சுதந்திரம் அடைந்துவிட்டது; அதனால் தேசியம் முதலாக விடைபெற்றுக்கொண்டது. மகத்தான காந்தி என்ற மனிதனும் செத்தான் (கொல்லப்பட்டான் காந்தியமும் மறைந்தது – மறைந்தது என்பதைவிட மாஜி – ஆதர்சவாதிகளின் மதிப்புக்குரிய கவசமாக மாறியது! காங்கிரஸ் என்ற ஸ்தாபனம் பிளவுபட்டது. ஆதர்சத்தினால் என்றார்கள் சிலர்; அதிகார போதையினால் என்றார்கள் சிலர்; ஒரு யுத்தம் வந்தது. ஓய்ந்தது. ஸோஷலிஸம் வந்தது. விலைவாசி உயர்ந்தது. ஜாதாக்கள் பெருகின. வந்தனர் ஹிப்பிகள்;

எங்கும் சுதந்திரம்
என்ற பேச்சில்
சுய தந்திரம்
பலவிதம்
என்ற கூச்சல்.

மக்கள் இன்னொரு மகாத்மாவைத் தேடிக்கொண்டிருக் கின்றனர். சிலுவையில் அறைபட ஒரு மகாத்மாவும் தயாராக இருப்பதாகவும் தோன்றவில்லை! இந்த ஜனநாயக சமுதாயத்தில் ஒவ்வொருவனும் ஒரு மகாத்மாதான்! பொருளிலார்க்கு இவ்வுலகம் இல்லை என்பதுதான் உண்மை! ஹரிஹர சுப்ரமண்ய ஐயரின் தகப்பனார் பழைய காலத்து மனிதர். இந்தப் பழைய காலத்து மனிதர்கள் இந்தப் புதுக் காலத்திலும் இருப்பதால்தான் விஷயங்கள் இன்னும் அடியோடு சிதறவில்லை என்கிறார்கள். காங்கிரஸ் தேசியத்திற்காக வாதாடின காலத்திலும், சத்திய சோதனையை மகாத்மா நடத்தின காலத்திலும் (இப்பொழுதும் சத்திய சோதனை நடந்துகொண்டிருக்கிறது) ஹரிஹர சுப்ரமண்ய ஐயர் தகப்பனார் அடிப்படையில் இவைகளெல்லாம் கலாட்டாவும் காலித்தனமும். அவருக்கு அந்தப் பாங்கில் வேலையில் சேரும்பொழுது சம்பளம் ரூ. 60/- ஆபீஸ் காரியத்தைத் தன் வீட்டுக் காரியத்தைப் போலத்தான் செய்தார். படிப்படியாக முன்னேறி ரூ. 1000/- என்ற நிலைக்கு வந்து விட்டார். ஆபீஸரான பிறகும் அவர் வேலை செய்வதில் அதே ஒழுங்கு, கறார். அவருக்கு நாலு வாரிசுகள் – இரு பெண்கள் இரு பிள்ளைகள். இரண்டாவது பையன் ஒரு இன்ஜினியராக இருந்தான். பெண்களுக்குப் பெரிய இடத்தில் கல்யாணம் செய்து வைத்தார். அவருக்கு அவ்வளவு பெரிய இடம் வேண்டுமா என்று – ஆனால், அவர் மனைவிக்கு அது தவிர வேறொன்றும் வேண்டியதில்லை என்பதுதான். அவரும் அதை

எதிர்த்துச் சொல்லவில்லை. ஒன்று – அவர் ஆபீஸில் மேல் அதிகாரியிடம் எவ்வளவு பயபக்தியுடன் நடந்துகொண்டாரோ அவ்வளவு பயபக்தியுடன் வீட்டில் தன் சஹதர்மிணியுடன் நடந்து வந்தார். தினம் தவறாமல் பூஜை செய்வார். பிறகு அதிகமாகப் பணம் செலவழிக்கமாட்டார், புத்தகங்களைப் படிப்பது – விலை கொடுத்தோ நூல் நிலையத்திலிருந்தோ – என்பது அவரைப் பொறுத்தவரை தேவையில்லாத காரியம். சினிமா பார்ப்பது, சிகரெட் குடிப்பது, இவையெல்லாம் காலித்தனங்கள். ஆனால், 'ஹிந்து' பத்திரிகையை மாத்திரம் ஒழுங்காகப் படித்துவிடுவார். பிறகு ஆபீஸ் சிநேகிதர்கள். அவருக்கு ஹரிஹர சுப்ரமண்ய ஐயர்மீது மாத்திரம் ஒரு ஏமாற்றம். அவன் பி.ஏ.க்குத் தத்துவத்தை இஷ்டப் பாடமாக எடுத்துப் படித்தது, காந்தி கக்ஷியில் சேர்ந்தது எல்லாம் அவருக்கு அவ்வளவு பிடித்தமான விஷயங்களில்லை. ஆனால், பையன் கெட்டிக்காரனாக இருந்ததாலும், அவனைப் பார்க்க நாலு பெரிய மனித வீட்டுப் பிள்ளைகள் வந்து போவதாலும், அவரே அதிகமாகப் படிக்காத தனாலும், அவர் அவனை அவன் போக்கில் விட்டுவிட்டார். இந்தியா சுதந்திரமடைந்துவிட்டது. ஹரிஹர சுப்ரமண்ய ஐயர் தத்துவத்தில் முதல் வகுப்பில் தேறினார். அவருடைய சிநேகிதர்கள் மாஜிஸ்ட்ரேட்டாகவும், சாட்டார்டு அக்கௌன் டன்டாகவும், ஒருவன் அட்வகேட் ஜெனரலாகவும் ஆனார்கள் என்பது மாத்திரமில்லை, அவர்கள் அரசியலைவிட்டு ஒதுங்கியே விட்டார்கள். ஹரிஹர சுப்ரமண்ய ஐயரும் எங்கெல்லாமோ மனு போட்டார். வேலைதான் கிடைக்கவில்லை. இதை யெல்லாம் அவர் தகப்பனார் பார்த்துக்கொண்டே இருந்தார். அவருக்கு அடிநாட்களிலிருந்தே வயிற்றுவலி உண்டு. அது இப்பொழுது அதிகமாகிவிட்டது. இந்தச் சமயத்தில்தான் அவருடைய இன்ஜினியர் பையன் ஜுரம் வந்ததும் அதற்குப் போட்ட பென்ஸிலின் இன்ஜெக்ஷனால் மரணமடைந்ததும், பிறகு மூத்தவன் தபால்காரனை எதிர்பார்த்து முகம் வாடு வதையும் கவனித்து வந்தார். ஒரு நாள் அவருக்கு வயிற்றுவலி அதிகமாகி ஆஸ்பத்திரியில் ஒரு வாரம் தங்கும்படி ஆகிவிட்டது. ஆனால், அவர் ஆஸ்பத்திரியிலிருந்து திரும்பி வந்ததும் – அவருக்கு அப்பொழுது வயது 53 – ஹரிஹர சுப்ரமண்ய ஐயரைக் கூப்பிட்டு, "பாங்கில் ஒரு அஸிஸ்டென்ட் வேலை காலியாகிறது. என்ன சொல்கிறாய்?" என்றார். பின்னால் அவர் மனைவி, "அவனை என்ன கேள்வி? எவ்வளவு நாள்தான் அவன் வீட்டில் இப்படி இருப்பான்?" என்றாள். இதைவிட ஆச்சரியம் என்னவென்றால் – அப்படிச் சொல்வதைவிட அவரது காரியத் திறமை என்றுதான் சொல்லவேண்டும் –

அவருடன் கீழ் வேலை பார்த்து வந்த ஒரு அஸிஸ்டென்டின் பெண் – அவள் தத்துவத்தில் எம்.ஏ. பட்டம் பெற்றவள் – ஒரே பெண் – வரதக்ஷிணையும் 5000 கொடுப்பதாகச் சொன்னார் – ஹரிஹர சுப்ரமண்ய ஐயரின் தாயாருக்கு மாத்திரம் இன்னும் பெரிய இடமாகப் பார்த்திருக்கலாம் என்று – ஹரிஹர சுப்ரமண்ய ஐயரைக் கூப்பிட்டு அவர், “என்ன சொல்கிறாய்?” என்றார். ஹரிஹர சுப்ரமண்ய ஐயருக்கு நடப்பது நடக்கட்டும், நான் ஒன்றிற்கும் உத்தரவாதியில்லை என்று தனக்குள்ளேயே சொல்லிக்கொண்டு “சரி” என்று தலையை அசைத்தார். அந்தக் கல்யாணமும் நடந்தது. அனந்தனும் ஊர்ந்துகொண்டிருந்தான். கல்யாணம் ஆன பிறகு ஹரிஹர சுப்ரமணிய ஐயர் ஒரு ஆறு மாதத்திற்குப் பிறகு தனிக்குடித்தனம் வைத்துவிட்டார். அவர் தகப்பனார் ஒன்றும் சொல்லவில்லை – சொல்வதற்கில்லை. வேலையிலிருந்து ஓய்வுபெற்ற ஒரு மாதத்திற்குப் பிறகு ஒருநாள் ஹரிஹர சுப்ரமண்ய ஐயரின் தகப்பனார் ஆஸ்பத்திரியில் – வயிற்று வேதனை அதிகரித்ததினால் – சென்று 10 நாள் படுத்தவர் திரும்பி வரவே இல்லை. அவர் கடைசித் தருணத்தில் ஹரிஹர சுப்ரமண்ய ஐயர் அருகில் இருந்தார். அவர் சாவதற்குமுன் ஹரிஹர சுப்ரமண்ய ஐயரிடம், “ஹரிஹரா, உன்னை நினைத்தால் கஷ்டமாக இருக்கிறது” என்றார். அவர் ஏன் இதைச் சொன்னார் என்று ஹரிஹர ஐயருக்குப் புரியவில்லை.

மதுரையில் ஒரு சமயம் தேரையும் சிவனும் ஹரிஹர சுப்ரமண்ய ஐயரைக் கல்யாணம் ஆன பிறகு – கல்யாணம் ஆன பிறகு ஒரு இரண்டு வருஷம் உருண்டு ஓடியிருக்கும். அப்பொழுதே ஹரிஹர சுப்ரமண்யம் சதை வைத்துவிட்டான் என்று சிவன் சொன்னதும் ஞாபகம் வந்தது – தேரை இதைப் பற்றிப் பேசவில்லை.

தேரையும் சிவனும் ஹரிஹர சுப்ரமண்ய ஐயர் வீட்டை நோக்கிச் சென்றனர். அவர்கள் எதிர்பார்த்ததைவிட அந்த வீடு சற்றுப் பெரிதாகவே இருந்தது. அவர்கள் போனதும் பிற்பகல் 3 மணி இருக்கும் – கீழ்த்தளத்தில் வரவேற்பறையில் ஒருவருமில்லை– ஒரு பெரிய ரேடியோ, ஹரிஹர ஐயர் ஆபீஸ் போட்டோக்கள், துணியில் தையல் வேலையால் பின்னப்பட்ட ஃப்ரேம் போடப் பட்ட ஒரு சக்கரம் (ஏதாவது மதபிரமானதாக இருக்க வேண்டும்) இவ்வளவும் இருந்தன. அவர்கள் ஹரிஹர சுப்ரமண்ய ஐயரைப் பார்க்கவேண்டும் என்று சொன்ன பிறகு, சிறிது நேரங்கழித்துக் கீழ்த்தளத்தில் ஹரிஹர சுப்ரமண்ய ஐயர் ஆபீஸ் அறையில் இருந்து அவள் வந்தாள்; உயரமும் இல்லை, குட்டையும்

இல்லை; மெல்லிய ஆகிருதி; பெரிய பன் கொண்டை. நல்ல களை. வந்தவள் தேரையையும் சிவனையும் பார்த்தவுடன், "நீங்கள் அவர் கல்லூரி காலத் தோழர்களா? இருங்கள்" என்று சொல்லிவிட்டுப் போனாள். இதைச் சொல்லிவிட்டுத் தேரை நவீனனிடம், "நவீனா, அவள் அழகா இருந்தாள்" என்று சொல்லிவிட்டுச் சிரித்தான். ஏனென்றால் அவனுக்கு, அழகான பெண்கள் என்றால் நவீனனுக்கு அது ஒரு பலவீனம் என்று தெரியும்! அதனால்தானோ என்னவோ வெகு வருஷங்களுக்குப் பிறகு இந்த ஊரில் ஹரிஹர சுப்ரமண்ய ஐயரைச் சந்தித்ததும் அவன் ஹரிஹர சுப்ரமண்ய ஐயர் வீட்டிற்குச் சென்றான். காலையில் 10 மணிக்குப் போனவன் பிற்பகல் 3.30 மணிக்குத் தான் திரும்பினான். அதை அவனால் இன்னும் மறக்க முடிய வில்லை. அங்கு அவனும் சிவனும் சென்றபொழுது அவள்தான் இருந்தாள். ஹரிஹர சுப்ரமண்ய ஐயரைக் காணவில்லை. அவள் நன்றாகத்தான் இருந்தாள். அதே பெரிய பன் கொண்டை. அவள் அவர்களைப் பார்த்ததும் எழுந்திருக்காமல் எதிரிலே இருந்த ஸெட்டியில் அவர்களை இருக்கச் சொன்னாள். பிறகு, "மீனி" என்று கத்தினாள். ஒரு நோஞ்சல் வேலைக்காரப் பெண் வந்தது. அதனிடம் அவள், "போய் இங்கே ஐயரை வரச்சொல்" என்றாள்.

எங்களைப் பார்த்து அவள், "அவர் சமயம் கிடைக்கிற போதெல்லாம் மூக்கைப் பிடிச்சுண்டு பூஜை அறையிலே இருப்பார்" என்றாள்.

அவள் சொல்லி முடித்ததற்கும் ஹரிஹர சுப்ரமண்ய ஐயர் அங்கு வந்ததற்கும் சரியாக இருந்தது. சதைபோட்ட தேகம். வழுக்கை படர்ந்த தலை. வெற்றிலைக்காவி ஏறிய பற்கள்; தாட்டியான மார்பு. பழைய ஹரிஹர சுப்ரமண்ய ஐயர் இல்லை நிச்சயமாக. அவர் கையில் இருந்த செல்லத்தை வைத்தார். நெற்றியில் விபூதி பளிச்சென்றிருந்தது. உட்கார்ந்தவர் நவீனனிடம், "இதுதான் சுலோசனா, என் மிஸஸ்" என்றார். நவீனன் தனக்குள், "இதுதான் சுலோசனாவா? சுலோசனா. நீ நன்றாகத்தான் இருக்கிறாய்" என்று சொல்லிக்கொண்டான். சிவன் ஒன்றுமே பேசவில்லை. அவன் கண்ணுக்கு அவள் ஒரு இருபது வயதுப் பெண் மாதிரிதான் தோன்றினாள். சிவனும் ஹரிஹர சுப்ரமண்ய ஐயரும் பேசிக்கொண்டிருந்தார்கள். அவள் நவீனனைத் துளைத்துக்கொண்டே இருந்தாள்.

அவள் அவனையும் சிவனையும் பார்த்து, "உங்களுக்கு ஓவல் வேண்டுமா அல்லது ஸ்குவாஷ் வேண்டுமா?" என்று கேட்டாள். இருவருமே, "இரண்டுமே வேண்டாம்" என்றார்கள். அவள், "மீனி" என்று மீண்டும் கத்தினாள்.

அந்த நோஞ்சல் பெண்ணிடம், "ஐயர் பூஜை அறையில் விளக்கைப்போட்டே வந்துவிட்டார். அணைத்துவிடு" என்றாள்.

அவள் நவீனனிடம், "நீங்கள் அதிகமாகப் படிப்பவர் என்று அவர் சொல்லியிருக்கிறார்" என்றாள்.

அவன், "அவர் என்ன மோசமா?"

"அது எனக்குத் தெரியாது. அவருக்குக் கிடைக்கிற போதெல்லாம் பூஜை அறைக்குப் போய் மூக்கைப் பிடித்துக் கொண்டு உட்கார்ந்துகொள்வார். அப்படித்தானே ஹரிபோல்" என்றாள்.

ஹரிஹர சுப்ரமண்ய ஐயர் சிரித்தார். அவள் மறுபடியும் நவீனனிடம், "நீங்கள் டெகார்ட்டே படித்திருக்கிறீர்களா?" என்று கேட்டாள்.

நவீனன் தன் மனதிற்குள் மறுபடியும், "சுலோசனா, நீ நன்றாகத்தான் இருக்கிறாய்" என்று சொல்லிக்கொண்டான். ஆனால், அவன் அவளிடம், "நான் படித்தேன் படிக்கவில்லை என்று சொல்ல முடியாது – நேரடியாகப் படித்திருக்கிறேன் என்று சொல்ல முடியாது. ஆனால், பெக்கெட்டைப் படித்திருக்கிறேன். அவன் மூலம் டெக்கார்ட்டேயைப் பற்றியும் கொஞ்சம் படித்திருக்கிறேன்" என்று சொன்னான்.

"பெக்கெட்டைப் படித்திருக்கிறீர்களா?"

"ஆமாம்."

"அல்லது பெக்கெட்டைப் படிக்கிறபோது டெக்கார்ட்சீடயையும் டெக்கார்ட்டேயைப் படிக்கும்போது பெக்கெட்டையும் படித்திருக்கிறீர்களோ?"

அவன் சிரித்தான்.

ஹரிஹர சுப்ரமண்ய ஐயர் இடையில் சிரித்தார். "நவீனா, சுலோ, தத்துவ சாஸ்திரத்தில் எம்.ஏ. பரீக்ஷையில் முதல் வகுப்பில் முதலாவதாகத் தேறியவள்."

அவள் மறுபடியும் அவனுடன் பேசிக்கொண்டிருந்தாள். "இதையும் கேளுங்கள். நீங்களும் கல்லூரியில் ஒரு ஆசிரியர் ஆயிற்றே. எங்களுக்கு எம்.ஏ. வகுப்பில் படிப்பித்த ஆசிரியர்களில் ஜான் துரைசாமி என்று ஒருவர் எனக்கு மிக மிக மிகப் பிடித்த ஆசிரியர்களில் ஒருவர். அவர்தான் எங்களுக்கு டெக்கார்ட்டே தத்துவத்தை விளக்கியவர். டெக்கார்ட்டேயைப் பற்றிப் போதிக்கும்போது அவர் எங்களிடம் கேட்பார். "எனக்கு

ஒன்னும் புரியவில்லை. உங்களுக்கு ஏதாவது புரிகிறதா?" என்று. நாங்கள், "எங்களுக்கும் புரியவில்லை" என்போம். உடனே அவர் வகுப்பின் அறையில் ஜன்னல் பக்கத்தில் சென்று வெளியே சற்று நேரம் பார்த்துவிட்டுத் திரும்பவும் வருவார். "எனக்குப் புரியாவிட்டாலும் பரவாயில்லை. அப்படிக்கூடச் சொல்லக் கூடாது; அப்படியே புரிந்தாலும், புரிந்தவுடன் இதெல்லாம் புரியாமல் இருப்பதே மேல் என்றுகூடத் தோன்றும். இது தத்துவத்துக்கு மாத்திரமில்லை. எல்லா சாஸ்திரங்களுக்கும் பொருந்தும். சரி, எழுதிக்கொள்ளுங்கள் என்று தன் ஃபைலைத் திறந்து தன் முன் வைத்துக்கொண்டு அதன் பக்கத்தைப் புரட்டாமலேயே அந்த மணி முழுவதும் சொல்லிக்கொண்டிருப்பார். அதைக் கேட்டவுடன் அவர் டெக்கார்ட்டேயின் தத்துவம் தனக்குப் புரிந்தது என்று சொன்னது உண்மையா அல்லது புரியாது என்று சொல்லியது உண்மையா அல்லது அவர் கடைசியாகச் சொன்னதுதான் எல்லாவற்றிலும் உண்மையா என்று என்னையே நான் கேட்டுக்கொள்வேன். சிலர் ஜான் துரைசாமி ஒரு பைத்தியம் என்று சொன்னார்கள். ஆனால், அவர் எனக்கு ரொம்பப் பிடித்த ஆசிரியர்" என்று சொல்லி முடித்தாள்.

நவீனன் சற்று நேரம் பேசாமல் இருந்தான். அவள் மறுபடியும் அவனிடம், "ஹரிபோல் சொல்றதைப் பார்த்தா நீங்கள் ஒரு எழுத்தாளர்கூடவாமே!" என்றாள்.

அப்பொழுது நவீனனுக்கு ஏனோ தெரியாது. சி. சுப்ரமணிய பாரதி திருவல்லிக்கேணி வீட்டில்தான் தேரையுடன் பேசியது ஞாபகம் வரச் சற்றுப் பதற்றத்துடன் திக்கித் திக்கி, "இல்லை; இல்லை நான்... நான்... ஒன்றுமே இல்லை" என்று சொல்லி முடித்தான்.

ஆனால், அவள் விடுவதாக இல்லை.

"நீங்கள் கவிதை எழுதுவீர்களா?"

"ஒரு காலத்தில்."

"ஹரிபோல், Shall I?" என்றாள்.

அவர், "Sulo, you carry on" என்றார்.

உடனே அவள் ஸ்பஷ்டமாகத் தெளிவாக ஆங்கிலத்தில் தான் எழுதிய ஒரு கவிதையை வாசித்தாள்.

A Tribute to Hari Bol

He is
A Teeny - Weeny
Eat little
Pot little
An ugly - wugly
Pug - nosed Pup;
A heavy mug,
My Hari Bol,
He is
A terrible jug.

இதைச் சொல்லிவிட்டு அவள் ஹரிஹர சுப்ரமண்ய ஐயரைப் பார்த்துக்கொண்டே, "Jug Jug to Dirty Ears" என்றாள்.

அவரும் அவனைப் பார்த்துக்கொண்டே, "Naveen, my Sulo is very smart" என்றார்.

அவள் அவனை விடுவதாக இல்லை. "நீங்கள் ஏன் ஸார் மறைக்கிறீர்கள். உங்கள் எழுத்தைப் பற்றி ஏதாவது சொல்லுங்கள்" என்றாள்.

அவனும் யாரோ யார் எழுத்தைப் பற்றியோ சொன்னது ஞாபகம் வர, "எல்லாம் சக்கரவர்த்தியின் ஆடை" என்றான்.

உடனே அவள் "My God, ஸார், எனக்கு Fairy Talesன்னா ரொம்பப் பிடிக்குமே. ஸார், ஸார், என்னோடே கண்ணாமூச்சி விளையாட வரேளா. ஓடிப்போய் ஒளிஞ்சுக்கோங்கோ. ஹரிபோல், என் கண்ணை மூடு" என்றாள். நவீனனுக்கு என்ன செய்வதென்று தெரியவில்லை. ஹரிஹர சுப்ரமண்ய ஐயரும் சிவனும் பேசாமல் இருந்தார்கள். ஆனால், அவள் அடுத்த நிமிஷம், "ஹரி, எனக்கு வெளியில் போக வேண்டும். கொஞ்சம் Shopping" என்றாள். அவர், "தாமஸ்" என்றார். அவன் வந்ததும், "காரில் அம்மாவைக் கடைத்தெருவுக்கு அழைத்துக்கொண்டு சீக்கிரம் திரும்பி வா" என்றார். அவள் காரில் ஏறினாள். அவள் திரும்பி வந்ததும் ஒருவரையும் பார்க்காமலேயே மேல் மாடிக்குச் சென்றாள். ஹரிஹர சுப்ரமண்ய ஐயரும் எழுந்து நின்று அவர்கள் இருவரிடமும், "அப்படியானால் பிறகு பார்க்கலாம்" என்று விடைகூறி அனுப்பினார்.

நவீனனும் சிவனும் இருட்டில் தங்கள் ஸைக்கிளை உருட்டிக் கொண்டே சென்றார்கள். இருவரும் ஒன்றும் பேசவில்லை. அவர்கள் பிரியும் வழி வந்தபோது நவீனன் சிவனிடம் கேட்டான். "நீங்கள் இருவரும் என்ன பேசிக்கொண்டிருந்தீர்கள்" என்று கேட்டான். அவன் சுருக்கமாக, "அவர் தனக்குச் சந்தான

நகுலன் ✤ 39

பாக்கியம் இல்லை" என்று சொன்னதாகவும், அதில் ஒரு லேசான துக்கம் தொனித்ததோ என்று தனக்குத் தோன்றிய தாகவும் அவன் சொல்லிவிட்டுப் போனான்.

இப்பொழுது அவர்கள் மூவரும் ஸேவியர் ரெஸ்ட்ரான்டில் உட்கார்ந்திருந்தபொழுது நவீனனுக்கு இவையெல்லாம் ஞாபகம் வந்தன. அவன் பாக்கெட்டில் ஒரு வெற்றிலைப் பாக்குப் பொதி புகையிலை உட்பட – இருந்தது. மூன்று ஸிகரெட் பாக்கெட்டு களும் இருந்தன. அவன் அருகில் சிவனும் எதிரில் ஹரிஹர சுப்ரமண்ய ஐயரும் உட்கார்ந்திருந்தார்கள். ஹரிஹர சுப்ரமண்ய ஐயர் பேச ஆரம்பித்தார்.

"உங்களுக்கு என்ன வேண்டும்? விஸ்கி, பிராந்தி; பியர் அல்லது ஜின்?"

நவீனன், "ஜின்."

"சிவனுக்கு?"

"எனக்கும் ஜின் போதும்."

ஜின் முதலில் ஒரு அரைபாட்டில் வந்தது. ஹரிஹர சுப்ரமண்ய ஐயர், "Cheers" என்று சொல்லிவிட்டு ஒவ்வொரு கிளாஸிலும் ஊற்ற ஆரம்பித்தார். நவீனன் தனக்கு ஒரு ரவுண்ட் போதும் என்றான். ஸோடாவைக் கலந்ததும் – அதுவும் அதிகமாகக் கலக்காமல் நவீனன் குடிக்க ஆரம்பித்தான். அவன் குடிப்பதைப் பார்த்தால் இவன் ஏன் குடிக்கிறான் என்றுதான் தோன்றும். ஆனால், விஷயம் வேறு. சிவன் ஒரே மூச்சில் கிளாஸைக் காலி செய்தான். இது அவன் முறை. சிவன் சிகரெட் குடிக்க ஆரம்பித்தான். நவீனன் வெற்றிலை போட ஹரிஹர சுப்ரமண்ய ஐயரின் முன் அந்தக் கிளாஸில் ஜின் அப்படியே இருந்தது. பாட்டிலில் இருந்து இன்னும் ஊற்றிவிட்டு, சிவனுக்கும் நவீனனுக்கும் வேண்டுமா என்று கேட்டார். சிவனைக் கேட்காமலேயே அதில் பகுதியை ஊற்றிவிட்டு, நவீனனிடம் "பரவாயில்லை, கொஞ்சம் எடுத்துக்கொள்" என்று சொல்லி விட்டு, "பாய்" என்று கூப்பிட்டார். இன்னொரு 1/2 பாட்டிலுக்கு ஆர்டர் செய்துவிட்டு தனக்கும் சிவனுக்கும் ஆளுக்கொரு ஆம்லெட் ஆர்டர் செய்துவிட்டு நவீனனிடம், "ஒரு பரோட்டா?" என்றார். அவன் ஒன்றும் சொல்லாததால் அதையும் ஆர்டர் செய்துவிட்டு நவீனனுக்கு மறுபடியும் ஒரு நாலணாவுக்கு வெற்றிலைப் பாக்கு பொதி வந்தது. ஐயர் மறுபடியும், "cheers" என்று சொல்லிவிட்டுக் கிளாஸை எடுத்துச் சற்றுப் பருகிவிட்டுக் கீழே வைத்தார். சிவன் அங்குமிங்கும் சிகரெட்டைத் தேடிக்

கொண்டிருந்தான். அவன் வேண்டாமென்று சொல்லியும் மறுபடியும் பாட்டிலைத் திறந்துவிட்டு அதில் சற்றுத் தாராளமாகவே ஊற்றிவிட்டு நவீனன் முகத்தைப் பார்த்தார். அவன் ஒன்றும் சொல்லாததால் அவன் கிளாஸில் இரண்டு ரவுண்ட் ஊற்றினார். நவீனன் அதில் ஒரு ரவுண்டை அவர் கிளாஸில் ஊற்றிவிட்டு ஒரு ஸோடா மறுபடியும் வரவழைத்து அதைத் தாராளமாகவே தன் கிளாஸில் ஊற்றிக்கொண்டான்.

அவன் காத்துக்கொண்டிருந்தான்.

அவனுக்குத் தோன்றியது ஒவ்வொரு எழுத்தாளனும் ஒரு வகையில் பார்க்கப் போனால் ஒரு அயோக்கியனென்றே. அவன் தலை சற்றுக் கனக்கத் தொடங்கியது. அறை முழுதும் மங்க லாகவும் சிவன், ஹரிஹர சுப்ரமண்ய ஐயர் இவர்கள் நிழல் களாகவும் தோன்றினர். அவனுக்குத் தான் எங்கே இருக்கிறோம் என்று தெரியவில்லை. மறுபடியும் ஒரு ஸோடா குடித்தான். எழுந்திருக்க முடியும் என்று தோன்றவில்லை. சிவன் ஆம்லெட்டைத் தின்றுகொண்டிருந்தான். ஹரிஹர சுப்ரமண்ய ஐயர் மறுபடியும், “பாய்” என்று கூறிவிட்டு இன்னொரு பாட்டிலுக்கு ஆர்டர் கொடுத்தார். இம்முறை அவனைக் கொண்டே தன் கிளாஸில் அதில், பகுதி ஊற்றச் சொன்னார். ‘பாய்’ நவீனன் முகத்தைப் பார்த்தான். அவன் தனக்கு “தேவை யில்லை” என்று சொல்ல, அதைச் சிவன் கிளாஸில் ஊற்றப் போக ஐயர், “அவன் கிளாஸில் ஊற்ற வேண்டாம், இங்கு கொண்டு வாருங்கள்” என்று அதையும் தன் கிளாஸில் ஊற்றி அதை வைத்துவிட்டுப் பேச ஆரம்பித்தார். நவீனன் காத்துக் கொண்டிருந்தான். ஒருமுறை ஸோடா குடித்துவிட்டு மறுபடியும் வெற்றிலை போட ஆரம்பித்தான். ஹரிஹர சுப்ரமண்ய ஐயர் பேச ஆரம்பித்தார். இடைக்கு இடை அவர் மெதுவாகக் குடித்துக்கொண்டிருந்தார்.

அவர் நவீனனைப் பார்த்துக்கொண்டே, “நவீனா, சுலோ இப்படி என்று எனக்குக் கல்யாணம் ஆனதும் ஒரு வாரம் கழித்தே தெரிந்துவிட்டது.”

“எப்படி?”

“அவள் உன்னுடன் பேசினாளே அதே மாதிரி அவள் கல்யாணம் ஆன பிறகு ஒரு மாதத்திற்குப் பின் என்னுடன் பேசினாள்.”

“என்ன?”

“உன்னைக் கண்ணாமூச்சி விளையாடக் கூப்பிட்டாளே.”

நவீனன் ஒன்றும் பேசவில்லை. பேச என்ன இருக்கிறது. அவர் மறுபடியும் குடித்துவிட்டு, "ஆனால், கல்யாணம் ஆவதற்கு முன் இது அப்பாவுக்குத் தெரிந்திருக்குமோ என்று எனக்கு ஒரு சந்தேகம். அப்படித் தெரிந்திருக்கலாம் என்று நம்ப முடியவில்லை. ஆனால், நவீனா..."

அவர் மறுபடியும் குடித்தார்.

"தெரிந்திருக்கும் என்றோ தெரியாதிருக்கும் என்றோ எனக்குத் திட்டமாகக் கூறமுடியவில்லை. அவர் சாகிற சமயத்தில் என்னிடம் சொன்னதை நான் மறக்க முடியவில்லை. நவீனா, அவர் வரை அவர் நல்லவர்தான். சுலோ என்னை எப்பொழுதும் மூக்கைப் பிடித்துக்கொண்டு பூஜை அறையில் உட்கார்ந்து கொள்கிறேன் என்று பரிகாசம் செய்கிறாள். அப்பா என்னை இங்கு இப்படிப் பார்த்தால் நாக்கைப் பிடுங்கிக்கொண்டு செத்துவிடுவார். நவீனா, அப்பா ஒரு விக்டோரியா மகா ராணியின் பிரஜை. ஆங்கிலத்தில் சொல்வதென்றால், அவர் ஒரு விக்டோரியன். சிந்தனை என்ற வியாதியால் பீடிக்கப் படாதவர். நவீனா..."

"என்ன?"

அவர் இப்பொழுது தன் நாற்காலியைச் சிரமப்பட்டுப் பின்பக்கம் தள்ளிவிட்டு எழுந்து நிற்க முயற்சித்தார். சிவன் தன் நாற்காலியிலிருந்து எழுந்திருக்க ஆரம்பித்தான். அவர் அவனை வரவேண்டாமென்று சொல்லிவிட்டுத் தள்ளாடித் தள்ளாடிப் பாத்ரூம் போய்விட்டுத் திரும்பி வந்தார். ஒரு ஸோடா வரவழைத்துக் குடித்தார். ஒரு சிகரெட்டைப் பற்ற வைத்தார்.

"நவீனா, டாக்டர்கள் பயப்படுவதற்கு ஒன்றுமில்லை என்கிறார்கள். இருந்தாலும், நவீனா, இப்படியெல்லாம் இருந்தாலும் நவீனா, இருந்தாலும் நவீனா, இப்படியெல்லாம், எல்லாம் இருந்தாலும் இப்படி நவீனா, இருந்து இருந்து இப்படி நவீனா, அடி தவறினாலும் வழி மாறுவதில்லை, நவீனா. அங்கே அங்கே போனாலும் நவீனா, இங்கே இங்கேதான் வருகிறேன் நவீனா; கண்ணாமூச்சி, கண்ணாமூச்சி நவீனா, கண்ணுறங்கு, கண்ணுறங்கு நவீனா. கண்ணாமூச்சி, ரே, ரே, நவீனா, காட்டு மூச்சி ரே, ரே, நவீனா, ஓடிச் சென்றேன் நவீனா, ஓடிந்து விழுந்தேன் நவீனா, கட்டி அணைத்தேன் நவீனா, கடித்துக் குதறினாள் நவீனா; முத்தமிட்டேன் நவீனா, முகம் வீங்கிற்று நவீனா; தார் ரோடில் கார் போயிற்று, நவீனா; எட்டடி நீளம் ஒரு பாம்பு நவீனா, அது கட்டுவிரியன் நவீனா; அவர், 'பாய்' என்று கத்தினார். நவீனனுக்குப் பயமாய்விட்டது. சிவன்

வந்தவனிடம் என்னவோ சொன்னான்: அவர் திடீரென்று கனவிலிருந்து விழித்தவர்போல் மறுபடியும் ஸோடா குடித்துவிட்டு, பாத்ரூம் போய்விட்டு வந்தார். சிவன் தன் கிளாஸில் உள்ளதைக் குடிக்கப் போனவன் அதைக் கையில் வைத்துக்கொண்டிருந்தான். அவர் பேசினார், நவீனா, நீ ஒரு சின்னப் பையன், ஐம்பது வயது பாப்பா, உனக்கு ஒன்றும் தெரியாது. நான் சொல்வது சிவனுக்கு விளங்கும். இதெல்லாம் இப்படியானாலும், 'My dear Navina, I can't do without my Sulo' என்று முடித்தார். அவர் சொன்னதுதான் தாமதம் சிவன் கை பதறி அவன் கிளாஸ் கீழே விழுந்து சிதறியது. பெண் என்றால் போதும். சிவன் உடல் பதறிவிடும்!

பாய் வந்தான். ஐயர் தன் பாரியான உடலைப் பலமாகத் தாங்கிக்கொண்டு முகத்தைக் கடுமையாக வைத்துக்கொண்டு காலடியை ஆழமாகப் பதித்துக்கொண்டு போனார் – அவர் அப்பொழுது ஒரு Bull-Dog மாதிரி நவீனனுக்குத் தோற்ற மளித்தார். அவர் டாக்ஸியில் ஏறிக்கொண்டார். சிவனும் ஏறிக்கொண்டான். அது அவன் சுபாவம்.

நவீனன் தன் ஸைக்கிளிடம் போனான். அந்த 'Boy' வந்து, "ஸார் ஸைக்கிளில் போக முடியுமா?" என்றான். அவன் முடியும் என்று தலையை அசைத்தான். ஜன சந்தடியற்ற ஒரு நீண்ட தெரு வழியாக ஸைக்கிளை உருட்டிக்கொண்டு சென்றான். தெரு விளக்குகள் அணைந்துவிட்டன. ஸைக்கிளில் ஏறினான். அது அவன் சொல்படி கேட்காமல் வளைந்து வளைந்து போவதாகத் தோன்றியது. இனியும் அதை அதன்படியே விட்டுவிட்டால் அது தன்னைவிட்டே போய்விடும் என்று அவனுக்குத் தோன்றியது. அவனுக்கு டெக்கார்டே ஞாபகம் வந்தது. ஸைக்கிளில் இருந்து இறங்கினான். ஒரு கல்பாலத்தின் மீது உட்கார்ந்தான். அவன் அருகில் ஸைக்கிளை ஒருக்களித்த வண்ணம் வைத்தான். அவன் அதைப் பின்னர் சரிப்படுத்தி வைக்கலாமென்று நினைத்தான். அதன் பிறகு ஒரு கால் மணி நேரம். வீட்டில் சென்றதும் சாப்பிட்டுவிட்டுப் படுக்கைக்குச் சென்றதும் அடுத்த நாள் காலையில் எழுந்ததுதான் தெரியும்.

நவீனன் காலையில் எழுந்ததும் அவன் உள்ளத்தில் எழுந்த முதல் நினைவு, "நாய்கள் பலவிதம். நவீனனை ஏன் ஒரு நாய் என்று சொல்லக்கூடாது?"

அன்று நவீனன் ஸைக்கிளை எடுத்துக்கொண்டு ஸைக்கிளில் சிவ்ன் வீடு போய்க்கொண்டிருந்தான். இதுதான் முதல் தடவை இவ்வாறு அவன் சிவன் வீட்டிற்குப் போவது

என்றில்லை. அது என்றுமே ஒரு அனுபவமாகவே இருந்தது. தேரை சொல்வான் – எதை நீ அனுபவம் இல்லை என்கிறாயோ அதுதான் மகத்தான அனுபவம். இருக்கலாம் – இல்லாமல் இருக்கலாம் – இருந்து இருந்து இப்படியாகிவிட்டேன் என்றார் ஹரிஹர சுப்ரமண்ய ஐயர். இவ்வளவு துப்புரவான வீதியை அவன் பார்த்ததே கிடையாது (10, 12 வயது இருக்கையில் விழுப்புரத்தில் இருக்கையில் இரும்புப் பாலத்தைத் தாண்டினால் அந்த ரெயில்வே காலனி சட்டைக்காரர்கள் தாமசஸ்தலம் ஞாபகம் வந்தது). ஒருவிதமான மயான அமைதி, ஆஸ்பத்திரி சுத்தம், ஒரு ஈ காக்கா கிடையாது. துப்பாக்கி உருவம் அல்லது கல் பீரங்கி, ஒழுங்காகக் கத்தரித்து விடப்பட்ட இலைப் பச்சைகளுக்கிடையில் நீளமான அகலமான வீதிகள்; எவ்வளவு கச்சிதம்; மனிதன் சாவதற்கு உள்ள அர்த்தத்தைக் கற்பிக்குமாறு போல; இவனுக்கு இயற்கையிலே பயந்த சுபாவம்; ஒருவரையும் காணவில்லை; அந்த இடம் ஜனங்களுக்குச் சஞ்சாரம் செய்யக் கூடியது அன்று செய்யக்கூடாது என்றுகூட விலக்கப்பட்டதோ என்றுகூடப் பயப்பட்டான். வாழ்க்கையில் இவன் எதைக் கண்டுதான் பயப்படவில்லை? சிறு வயதில் வீட்டில் அப்பாவைக் கண்டால் பயம்; பள்ளிக்கூடத்தில் கணக்கு வாத்தியாரைக் கண்டால் பயம்; பெண்களைக் கண்டால் பயம்; காணாமலேயே போய்விட்டாலோ என்று பயம்; ஒவ்வொரு வியாதி வரும்போதும் சாவைக் கண்ட மாதிரி செத்து விடுவோமோ என்ற பயம்; வெளியூருக்குப் போக வேண்டுமென்றால் தான் ஸ்டேசனுக்குப் போவதற்கு முன்னால் ரெயில் போய்விடுமோ என்று பயம்; எழுதினால் எழுதினது சரியாக வருமோ என்ற பயம்; எழுதின புத்தகம் விற்றாலும் பயம் விற்காவிட்டாலும் பயம்; நாலு விமர்சனத்தில் இரண்டு சாதகமாக இருந்தால் இது சரியா – அது சரியா அல்லது இரண்டுமே சரியில்லையா என்று பயம்; பயம் இவன் சக சஞ்சாரி. அதுவாகத்தான் இருக்க வேண்டும். நல்லதைக் கண்டு பயப்பட வேண்டுமாம் – தீயதைக் கண்டால் கோபம் வரவேண்டுமாம். சிவன் சொல்வான், “நவீனா, நமக்கு எல்லாம் தீயதைக் கண்டால் பயமும் நல்லதைக் கண்டால் கோபமும்தானே வருகிறது?” சரியில்லையே? என்ன சொல்வது? திடீரென்று தேரை ஞாபகம் – நேற்று நமக்கு நெருங்கிய ஒருவன் செத்துவிட்டால் ஒரு இரண்டு நாள் மூன்று நாள் அவன் நினைவு நம்மைவிட்டு நீங்காது இருப்பதுபோல், தேரை என்ன செய்துகொண்டிருப்பான்? ஒரு வேளை திருவல்லிக்கேணியில் வீரராகவ முதலித் தெருவில் சி. சுப்ரமணிய பாரதியுடன் பேசிக் கொண்டிருப்பான். பாரதி அபின் சாப்பிடும் வழக்கமுண்டு என்று எங்கேயோ வாசித்ததாக ஞாபகம். சிவன் குடிக்கிறான்;

இன்று, நாளை என்று இப்படியாக விடாமல், தொடர்ந்து; கவிஞர்கள் பரம்பரை எப்போதும் போதையில் இருக்க வேண்டும். எனவே யோகம் கலையாமல் இருக்க அவர்கள் கண்டுபிடித்த சூத்திரம் – "மது நமக்கு, மது நமக்கு, மது நமக்கு" என்று யோகியும் போகியும் சேர்ந்துதான் பாடுகிறார்கள்; ஹரிஹர சுப்ரமண்ய ஐயர் குடிக்கிறார். அவரே ஒரு பீப்பாய்தான் – என்ன சொன்னார். "நவீனா, அங்கே அங்கே போனாலும் இங்கே இங்கேதான் வருகிறேன்." அந்தப் பைத்தியக்காரப் பெண், ஜான் துரைசாமியின் அபிமான மாணவி சொன்னது அவன் காதில் ஒலித்தது – He is a heavy mug. A terrible mug. "டெக்கார்ட்டே உனக்கு ஒரு நமஸ்காரம் – என் ஸைக்கிள் இப்பொழுது சீராகத்தான் போய்க்கொண்டிருக்கிறது. இப்பொழுது அந்த மயான வீதிகள் உபசாந்த லோகத்திற்கு அழைத்துச் செல்லும் பாதைகளாக – ஒரு மென்காற்று பாதை யருகில் ஒரு பச்சை படர்ந்த வெளியில் ஒரு பச்சை இலை அசைந்தது; அதைக்கண்டு ஒரு சிவப்புப் பூ சிரித்தது; வாலை உயர்த்திக்கொண்டு தன் தொந்தி பிதுங்க ஒரு அணில் – எந்த ராமன் வரவை இது காத்திருக்கிறது – பெட்ரோல் நாற்றம் ஒரு பஸ் – கிணி கிணி – தனக்கு முன் ஒரு ஸைக்கிள் – இன்னும் அந்த மிலிட்டிரி குவார்ட்டர்ஸ் தீரவில்லை – ஒரு வளைவில் ஒரு வெற்றிலைப் பாக்குக் கடை – ஸைக்கிளை விட்டு இறங்கினான் – ஒருமுறை வெற்றிலை போட்டுக்கொண்டான்– சிவன் வீடு பற்றிக் கேட்டான்; "இன்னும் தொலைதூரம் போணும் ஸார்" என்றான் கடைக்காரன் – மறுபடியும் கிணி கிணி – ஸைக்கிள் மீது ஏறினான் – எஸ். நாயரின் பரிகசத்வனி– வேறு எதன் மீது நீ ஏறுவாய்! சிவனின் கசப்பு – ஏறின பின் இறங்க முடியவில்லையே என்று – ஹரிஹர சுப்பிரமண்ய ஐயரின் கேள்வி – இறங்கினாலும் மீண்டும் மீண்டும் ஏறாமல் இருக்க முடியவில்லையே என்று – தாயுமானவர் பாடலிலிருந்து ஒரு வரி – யானையைத் தேடக் குடத்தில் கை போட்டானாம் ஒருவன் – அந்த மிலிட்டரிக் குவார்ட்டர்ஸில் ஒரு பெரிய காம்பௌண்டிற்குள் ஒரு கவனிக்கத்தக்க வீடு – யாராவது ஆபீஸராக இருக்கும் – மலையாளத்தில் இந்தக் காலத்து 'நந்தனார்' எழுதிய நாவல்கள் ஞாபகம் – செமிண்ட் சுவர்கள்– பெரியப் பெரிய சூர்யகாந்திப் பூக்கள் – சிறு வயது கடந்த பிறகு வெகு காலத்திற்குப் பிறகு பார்ப்பது இப்பொழுதுதான் – தங்க அரளி, செவ்வரளி – அரளிக் கம்பை ஒடித்தால் கையில் ஒட்டும் பால் – எதைப் போல் கேட்டால் தேரை சிரிப்பான் – எல்லா எழுத்தாளர்களுமே பைத்தியமென்று – மீண்டும் அந்தத் துப்புரவான மிலிட்டரி குவார்ட்டர்ஸ் – ஒரு யுத்தம் வந்தால்

இங்கு இருப்பவர்கள் பலர் ரயில் மூலம் மந்தை மந்தையாக அனுப்பப்படுவர் – போவர் – பலர் திரும்பி வரமாட்டார்கள்– எங்கேயோ பிறந்து, எங்கேயோ வேலை பார்த்து, எங்கேயோ பெண் பார்த்து, பிள்ளை பெற்று, எங்கேயோ சாகும் மனிதன். ஒரே இடத்தில் பிறந்து, ஒரே இடத்தில் படித்து, வேலை பார்த்து, வாழ்ந்து மறைந்த காலம் மாறிப் போச்சு – ஆனாலும் என்ன, அந்த அமெரிக்கக் கவிஞன் சொன்ன மாதிரி – செத்தவருக்குப் பூகோள சாஸ்திரம் தேவையில்லை – சிவன் வீட்டுக்குப் போவது பக்கம் பக்கமாக நாவல் எழுதுவதைவிடக் கடினமாக இருப்ப தாகத்தான் தோன்றியது அவனுக்கு – ஒரு கார் விரைந்தது – அதன் ஜன்னலில் தன் தலைநீட்டி, “சரி போறயா, போ” என்று சொல்வது போல் ஒரு நாய் – அவனுக்கு ஒரு தம்பி – இதுதான் உலக வாடை – இவனுக்கு ஒரு அப்பன் – அவனுக்கு ஒரு தாய் – இன்னொருவனுக்கு ஒரு சகோதரி – இப்படியாக இப்படியாக – பிறகு கேட்க வேண்டாம் – அண்ணனுக்கும் தம்பிக்கும், அப்பனுக்கும் மகனுக்கும் எதை ஒட்டியாவது சண்டை – அவனுக்குத் தெரியும் – ஒரு மகன் காரணமாக ஒரு அப்பனுக்கு லேசாகப் பைத்தியம் பிடித்தது – அது அவர் சாகிற வரையில் தீரவில்லை. பிறக்கும்பொழுது கொண்டு வரும் ஜன்மாந்தரக் கடன் – பெண்டு, பிள்ளை, மாடு, மக்கள், சுற்றம் – பாடையில் ஏறினால் ஒழிய இந்தப் பிடுங்கல் தீராது – ஆனால், எது எப்படியானாலும் – எவன்தான் இதில் ஏற விரும்புகிறான் – ஏறித்தான் ஆக வேண்டும் என்னும் பொழுதுகூட ஏறாமலிருக்க என்னென்ன அவஸ்தைப்படுகிறான். நெருநல் ஒருவன் இருந்தான் – இதுதான் ஒவ்வொருவனைப் பற்றி நாம் கூறக்கூடும் கடைசிச் செய்தி – தூர தூர இருந்தாலும் போகப் போக விலகிப் போனாலும் கடைசியில் அது தென்படும். அப்பொழுது அவன் முகத்தைப் பார்க்க வேண்டுமே! திருவல்லிக்கேணியில் வீரராகவ முதலித் தெருவில் வசித்து வந்த சி. சுப்ரமண்ய பாரதி எழுதிய ஒரு கதை அவன் ஞாபகத்திற்கு வந்தது – ஒரு ஊரில் ஒருவன்– அதாவது ஒரு மனிதன் – அவனுக்குச் சாவதற்கு இஷ்டமே யில்லை – அவனிடம் யமன் தூதன் வந்து சொன்னானாம் – “நாளை நீ காலராவால் மடிந்து போய்விடுவாய்” என்று – அவன் தான் இருந்த ஊரிலிருந்து குதிரை மேலேறி அடுத்த நாள் வேறு ஊரில் போனதும் அங்குப் பரவியிருந்த காலராவினால் மடிந்தான் என்று கதை – அவன் தாயார் சொல்லக் கேட்டிருக்கிறான் – மரணஃபண்டு – அதாவது லைஃப் இன்ஷியூரன்ஸ் – தமிழில் கொஞ்சம்கூடப் பொருத்தமாக இருப்பதாக – சிவன் சொல்வான் – மனிதன் பலே ஆள் – சாவைக்கூட அவன் பைசாவில் மாட்டிவிட்டான் – கவியாயிற்றே– ஒரு கவிதையும் எழுதி வைத்தான்.

சாவு என்ற
பெட்டைக் கோழி
என் வரவு நோக்கி
என்னுடன்
கூடிப் புணர்ந்தால்
பணம் என்ற முட்டை
போடும்
என்று சொல்லடி!
வாலைப் பெண்ணே!

இதை அவன் தன் அருமைப் பெண்டாட்டிக்குச் சமர்ப்பணம் செய்திருந்தான் – இது சிவன் – இவன் ஒரு அப்பாவி. ஒரு வகையில் அவன் கவிதை எழுதுவதைத் தவிர்த்தால் – இந்த 20ஆம் நூற்றாண்டின் சராசரிப் பிரஜையின் அசல் உருவம் – அவனுக்குப் பணக்காரர்கள் எல்லாம் திருடர்கள் – ஏழைகள் எல்லாம் பரம யோக்கியர்கள் – மார்க்ஸ் என்ற மகான் எழுதிய வேத புத்தகத்திலிருந்து இதை அவன் தெரிந்துகொண்டிருந்தான். ஆனால், அவனை நடைமுறையில் பணக்காரர்களும் ஏழைகளும் மாறிமாறி போட்டிப்போட்டுக்கொண்டு ஏமாற்றினார்கள் – இதைத் தெரிந்துகொண்டபின் அவன், "இந்தா, பிடித்துக்கொள்" என்று இன்னொரு கவிதை எழுதினான்.

காசு என்ற
காசநோயால்
காகிதமனிதர் எல்லாம்
மக்கி மடிந்தார்
என்று சொல்லடி
வாலைப் பெண்ணே!

இதை இவன் ஒரு பத்திரிகைக்கு அனுப்பியும் வைத்தான். இவன் எழுதிய மை அந்தக் காகிதத்தில் உலருமுன் அது அவனிடம் திரும்பி வந்தது.

பார்க்கப் போனால் – இப்படிச் சொல்வதுகூடத் தப்பு – பார்க்காமல் இருந்தால்கூட – சிவன் ஒரு சுவாரஸ்யமான மனிதன். மனுஷ்யன் சுவாரஸ்யமாக இருந்தால்தானே அவன் எழுதுவதும் சுவாரஸ்யமாக இருக்கும் – ஆனால், சிவன் – அவன் நாமத்திற்கேற்ப – நாமம் வாழ்க – மிருகங்களின் பெயர் சூட்டு விழா – ஒரு ஆங்கிலச் சொல் தொடரின் சௌகரியமான தமிழ் ஆக்கம் நாவலுக்கு ஒரு வகையில் பொருத்தமாக இருப்பதால் யாதொரு கவனிக்கத்தகுந்த குணமொன்றும் இருப்பவனாகவும் தெரியவில்லை – இதுவே அவனுடைய

குணவிசேஷங்களில் ஒன்று என்று சொல்லலாமா? – இடை வெட்டு – இது என்ன நாவலா? இவன், நவீனன் சிவன் வீட்டிற்கு சைக்கிளில் போவதைப் பற்றி எழுதிக்கொண்டிருக்கின்றானா அல்லது இந்தக் கட்டத்தில் நவீனன் சிவன் வீட்டிற்கு சைக்கிளில் போகிறானோ? – ஒரு மணியில் சைக்கிள் எவ்வளவு தூரம் போகும் – இல்லாவிட்டால் இந்த நவீனன் எழுதுவதற்கு விஷயம் இல்லாமலேயே தானும் ஒரு எழுத்தாளன் என்ற ஆசையால் உந்தப்பட்டு – இவனுக்குத்தான் அநீதியைக் கண்டால் கன்னாப்பின்னா என்று வைவதற்குத் தைரியம் கிடையாதே – ஒரு வீதியைத் தாண்டித்தான் இன்னொரு வீதியை அடைய முடியும் – இங்கிருந்து அங்கு போக வேண்டுமென்றால் நடுவில் உள்ள காலி இடத்தைக் கடந்துதானே போகவேண்டும். அப்படித்தானே ஒரு நாவல் எழுதப் பக்கம் பக்கமாக எழுத வேண்டியிருக்கிறது – ஒவ்வொரு பேப்பரையும் கற்பழிக்க வேண்டியிருக்கிறது. இவ்வளவு தூரம் எழுதிக்காட்ட வேண்டியிருக்கிறது – எது நம் பார்வைக்கு ஒன்றுமில்லாதது போன்றிருக்கிறதோ அதில் ஓராயிர விஷயங்கள் ஒளிந்து கொண்டிருக்கலாம் நண்பா, எழுதுவதற்கு ஒன்றுதான் முக்கியம் – நான் ஒரு எழுத்தாளன் என்ற வகையில் என் அனுபவத்தை உன்னுடன் பகிர்ந்துகொள்ள விரும்புகிறேன் – எழுத வேண்டும் என்ற உத்வேகம் – பிறகு எந்த ஒரு அனுபவத்தைப் பற்றியும் எழுதுகையில் அதன் நுண்ணிய சலனங்களை நுண்மையாகவே காட்ட ஒருவன் எடுத்துக்கொள்ளும் ஒரு அசுர முயற்சி – உதாரணமாக ஒருவன் கவுடியாரிலிருந்து வெள்ளையம்பலத்திற்கு சைக்கிளில் போகிறான் என்று எழுதவேண்டும் என்று வைத்துக்கொள் – சாதாரணமாகச் சொல்வதென்றால் – அவன் சைக்கிளில் இத்தனை மணிக்கு ஏறி உட்கார்ந்துகொண்டான் – இவ்வளவு நிமிஷத்தில் இந்த இடத்தில் போய்ச் சேர்ந்தான் என்று எழுதினால் போதுமா? ஆனால், எழுத்தில், இது மாத்திரம் போதுமா? ஏனென்றால் எழுத்தில் அதாவது நான் எழுத முயற்சிக்கும் எழுத்தில் – நான் முற்றிலும் வெற்றி பெற்றுவிட்டேன் என்று சொல்ல முடியாது – தேகத்தையும் தேஹியையும் உடலையும் மனதையும், தகவல்களையும் தகவல்கள் மூலம் பெற முடியாத ஒன்றையும் இணைக்க விரும்புகிறேன் – (பார் இந்த வேடிக்கையை. தன்மையிலிருந்து படர்க்கைக்கு – தவறு படர்க்கையிலிருந்து தன்மைக்கு ஒரு ஹை ஜம்ப்) இது ஏன்? இதை எழுதுவது நவீனனா, நகுலனா? ஒரு மனிதனையும் பார்க்காமல், ஒன்றையும் செய்யாமல், எந்த எழுத்தைத்தான் எழுத முடியும்? நண்பா. வாழ்க்கை என்ற பிரவாகத்தில் கையை நனைக்காமல்

எழுதத்தான் முடிகிறதா? நவீனனுக்குத் தெரியும் – வீட்டிலிருந்து 8:15க்குச் சென்றால் ஒரு 8:30 என்று வைத்துக்கொண்டால் – அதுகூடத் தவறு – 8:17க்கு வளைவுக்குப் போகும்பொழுது, ரோஸ் கலரில் வெள்ளை எழுத்துகளில் ஆல்ஸெயின்ட்ஸ் காலேஜ் என பொறிக்கப்பட்ட அந்த மகளிர் கல்லூரிப் பஸ்ஸைப் பார்க்கலாம் – 8:45, 9 என்றால் அந்த வெள்ளையில் – அதுகூடத் தவறு. பழுப்புப் பால் வெள்ளைக் கலரில் நீலத்தில் மார் இவானியோஸ் என்று பொறிக்கப்பட்ட இன்னொரு கல்லூரி பஸ்ஸைப் பார்க்கலாம் – 9:15க்கு என்றால் சிவப்புப் போஸ்ட் ஆபீஸ் மெயில் பஸ்ஸைப் பார்க்கலாம் – கல்லூரிக்கு விரைந்து செல்லும் மாணவ–மாணவிகள் ஆபீஸிற்கு விரைந்து செல்லும் ஆண்–பெண் கூட்டம்... இப்படியாக இப்படியாக – இதே சமயத்தில் தான் சிவன் சிவப்பு ஸைக்கிளில் பூஜப் புரையிலிருந்து ஸிட்டியில் (ஒரு ஐந்து மைல் இருக்கலாம்) இருக்கும் தன் ஆபீஸிற்குப் போக ஆயத்தமாகிக்கொண்டிருப்பான் – இதற்கு நடுவில் எத்தனை எத்தனையோ – இவ்வளவையும் எழுத்தில் கொண்டு வர முடியுமா? முடியாது என்று சொல்லவேண்டி வந்தாலும், வாழ்க்கை எப்போதும் எழுத்துக்கு டிமிக்கி கொடுக்கிறது. ஒரு அடங்காத பள்ளி மாணவன் மாதிரி. முயன்றும் முடியவில்லை என்ற ஒரு நிலையை எழுப்புவதும் கலையின் வேலைதான். அவன் இன்னும் இந்த மிலிட்டிரி குவார்டர்ஸிலிருந்து வெளிவரவில்லை. அப்பொழுதுதான் அவனுக்கு ஞாபகம் வந்தது. சிவன் மிலிட்டிரியில் ஒரு மூன்று வருஷங்கள் இருந்திருக்கிறான். இந்தியா முழுவதும் சுற்றியிருக்கிறான் என்று. ஒருவேளை, ஒருவேளை என்ன? துப்புரவான ஆடை – கச்சிதமான ஒழுங்கு அவன் வேலை செய்வது – நவீனனைப் போல் அவன் கூனிக்குறுகி நடப்பதில்லை – கவனிக்கப்படாத விஷயங்கள் – ஆனால், கவனிக்கப்பட வேண்டிய விஷயங்கள் என்றுதான் அவனுக்குத் தோன்றியது! பிறகு இந்த அப்படிக் கவனிக்கத் தகுந்தபடி ஒன்றுமே இல்லாத மனிதனிடம் கவனிக்கும்படியான பல குணங்கள் இருந்ததாக அவனுக்கு ஒவ்வொன்றாக ஞாபகம் வந்தன – அவன் கவிதைகளில் போல – அவன் அதிகமாகப் பேசமாட்டான்; அதிகமாக எந்த விஷயத்தைப் பற்றியும் அபிப்பிராயமும் சொல்லமாட்டான். ஆனால், அவன் இன்னொருவன் பேசுகையில் கவனமாய் இருப்பதுபோல் அவன் வேறொருவரையும் பார்த்ததில்லை. அன்று அவன் ஹரிஹர சுப்ரமண்ய ஐயர் வீட்டில் நடந்ததைப் பற்றி அவன் தன் வகையில் திட்டப்படுத்தி அபிப்பிராயம் வைத்திருந்தான் என்பதுகூட அவன் பேசியதிலிருந்துதான் தெரிய வந்தது. அவன்

வழியில் அவன் ஒரு சம்பிரதாய மனிதன்தான் – ஆனால், அந்தச் சம்பிரதாயம் ஒரு ஆழ்ந்த மனிதாபிமான அடிப்படையில் உருவாகியது. ஒருமுறை நவீனனை டெல்லியிலிருந்து ஒரு பிரபல இலக்கிய ரசிகர் – பார்க்க வந்தார். அரசியலைப் பாடமாக ஆராய்ச்சி பண்ணிக்கொண்டிருந்தார். அவர் நவீனனிடம், "நீங்களும் ஒரு உபாசகர் என்று ராமநாதன் சொன்னார். வருகிறீர்களா? எனக்குச் சீமைச் சரக்கு அலுத்துவிட்டது. ஒரு சாராயக் கடைக்குப் போகலாம்" என்றார். அப்பொழுது சிவன் ஒன்றும் சொல்லவில்லை. நவீனன், "சரி, அதற்கென்ன?" என்றான். மறுபடியும் பேச்சு இலக்கிய விஷயமாய்த் திரும்பியது. நடுவில் சிவன் நவீனனிடம், "நீங்கள் இருங்கள். நான் இவரை அழைத்துச் சென்று வருகிறேன்" என்றான். இதற்கும் நவீனன் ஒன்றும் சொல்லவில்லை. அந்த ரஸிகரும், 'சரி' என்று அவனுடன் போய்விட்டு ஒரு அரைமணி நேரம் கழித்துத் திரும்பி வந்தார். பிறகு அவர் தன் இருப்பிடம் போய்ச் சேர்ந்தார். பின் சிவன் அவனுடன் திரும்பிச் செல்லும்பொழுது – இருவரும் ஸைக்கிளை உருட்டிக்கொண்டு நடந்து பேசிக்கொண்டு செல்வது வழக்கம் என்று சொன்னான். "அந்த மனிதன் கூப்பிட்டான் என்றது சரி. நீ போவது – ஒரு வழியில் தவறு இல்லை என்றாலும் – இன்னொரு வழியில் தவறு. நீ ஒரு கல்லூரியில் விரிவுரையாளர் என்பதை மறந்துவிட்டாய்" என்றான். சின்ன விஷயம்தான், ஆனால், இந்த மாதிரி சின்னச் சின்ன விஷயங்கள்தான் ஒரு மனிதனை மனிதனாகக் காட்டுகிறது என்று நவீனனுக்குத் தோன்றியது. இதே மாதிரி இன்னொரு சம்பவமும் நவீனன் மனதில் நன்றாக ஞாபகத்தில் இருந்தது. நவீனன் பெயரை நாலுபேர் சொல்ல ஆரம்பித்ததும் சில பெரிய மனிதர்கள் நவீனன் வீட்டிற்கு வரத் தொடங்கினார்கள்.

இதில் நவீனன் அபிப்பிராயம் எதுவாயிருந்தாலும், அவன் தகப்பனாருக்கு ஒரு திருப்தி – வேறு எந்த விதத்திலும் தன் தகப்பனாரைத் திருப்திப்படுத்த முடியாத நிலையில் – நவீனன் ஒரு ஐ.ஏ.எஸ். ஆபிஸராகவோ, ஒரு முதலாளியாகவோ இருந்தால் அவர் சந்தோஷப்பட்டிருப்பார் – தன் தகப்பனாரை இவ்வகையிலாவது தன்னால் திருப்திப்படுத்த முடிகிறதே என்பதில் அவனுக்கு ஒரு திருப்தி. இவர்களில் ஒருவர் சங்கர சுப்ரமண்யன். அவர் லக்ஷ்மி விலாசம் பாங்கில் மானேஜர். இளைஞர். அப்பா ஜட்ஜாக இருந்தார். இவர் அடிக்கடி நவீனன் வீட்டிற்கு வந்து ஏதாவது தமிழ்ப் புத்தகங்கள் பத்திரிகைகள் எடுத்துக்கொண்டு போவார். (இவர் அபிப்பிராயத்தில் தமிழ்ப் புத்தகங்கள் எல்லாம் இரவல் வாங்கிப் படிப்பதற்கு லாயக்கே

தவிர, விலை கொடுத்து வாங்குவது முட்டாள்தனம். இதுகூடத் தவறு. புத்தகங்களை வாங்குபவனே முட்டாள் என்பது அவர் சித்தாந்தம். நவீனனும் தன் தகப்பனாரை உத்தேசித்து அவர் தன்னை ஒரு நூல் நிலையமாக உபயோகிப்பது பற்றி அக்கறை கொள்ளவில்லை. நவீனனுக்குச் சங்கர சுப்ரமண்ய ஐயர் மீது நினைவு ஓடியது. அவரும் ஹரிஹர சுப்ரமண்ய ஐயர் போலத்தான் ஒரொரு விஷயங்களில் – அவர் எதைப் பற்றிப் பேசினாலும் தர்க்கபூர்வமாகத்தான் பேசுவார் – கல்லூரியில் நல்ல மாணவர் என்று பெயரெடுத்தவர். மனித உறவுகள், மனோ விவகாரங்கள், இந்தத் தர்க்கத்தின் அடிப்படையில் இயங்கு கின்றனவா என்பது அவருக்குத் தெரியவில்லையா, தெரிந் திருந்தும் அவர் அதைப் புறக்கணித்தாரா என்பது நவீனனுக்குத் தெரியாது. அவர் ஒரு பகுத்தறிவுவாதி – அவர் மனைவிக்குச் சநாதன மார்க்கத்தில் அசைக்க முடியாத நம்பிக்கை – இதிலும் அவருக்கு யாதொரு சம்பந்த அசம்பந்தம் இருப்பதாகத் தெரியவில்லை. பிறகு சட்டம், திட்டம் இவைகளில் அசையாத நம்பிக்கை. மனிதன் எல்லாவிதப் பிரச்சனைகளுக்கும் விடை கண்டுபிடித்துவிட்டான் என்றும் சொல்வார். அவர் சொல்வதைப் பார்த்தால் அவருக்கு எல்லாமே இருந்தது – என்னதான் இல்லை – வேலையிலும் மிகவும் ஜரூர் – அவர் சொல்லாமலேயே அவன் அவரைப் பற்றித் தெரிந்துகொண்டது – பணத்தை அசட்டை செய்பவன் – அவனைப் பற்றி என்ன சொல்ல? இலக்கியம் – எல்லாமா? உணர்ச்சிக்கு அடிப்பட்டால் அது எங்கு கலையில் முடியும்? என் மனைவி கெட்டிக்காரி. என்னிடம் எவ்வளவு அன்பாக இருக்கிறாள். மனிதனுக்குள்ள பல வியாதிகளில் ஒன்று – (ஒரு பெரிய உத்யோகஸ்தன் – அவருக்கு ஜுரம் – அப்பொழுது அங்கு அகஸ்மாத்தாகப் போய் சேர்ந்த நவீனனிடம் அவர் மனைவி மேற்படி உத்யோகஸ்தருக்கு இப்பொழுது ஜுரம் விட்டுவிட்டது. அவருக்கு ஜுரம் அடித்தபோது நாங்கள் (அவரும் அவருடைய கெட்டிக்காரப் பெண்ணும்) பக்கத்தில் உட்கார்ந்திருக்கத்தான் முடிந்தது – அவர் எங்களுக்குச் செய்ததற்கு நாங்கள் இவ்வளவுதான் செய்ய முடிந்தது – இதைப் பற்றி நவீனன் பல தடவை நினைத்ததுண்டு) அவருக்கு நல்ல ஞாபக சக்தி – சரித்திரம் என்றால் உயிர் – மனிதனுடைய நான் – அவன் – நீ சிந்தனைகள் சங்கர சுப்ரமண்ய ஐயரைப் பற்றியவரை அவரும் தேஹியைவிடத் தேகத்தைப் பெரிதுபடுத்துவதாகத்தான் தோன்றியது – அவர் அடிக்கடி நவீனனுடன் இலக்கியத்தைப் பற்றிப் பேசினாலும் அவருக்கு நவீனனுடன் இலக்கியத்தைப் பற்றி மாத்திரமின்றிப் பல விஷயங்களிலும் ஒத்துப்போக முடியவில்லை – இருந்தாலும்

அவர் நவீனனைப் பல சமயங்களில் மாதம் தவறாமல் பார்க்க வருவார் – நவீனனும் அவரிடம் போவதுண்டு – "ஏன்?" என்று நவீனன் தன்னிடமே பலமுறை கேட்டுக்கொண்டதுண்டு. பகுதி விகுதி முன்வைக்கும் புதிர் அல்லது சிவன் சொன்னமாதிரி "தன்னையுணர்தல்" என்பது பலருக்கும் பிடிபடவில்லை என்பதா? விந்தை மனிதர்கள் வாழும் உலகம் என்று சும்மாவா சொன்னான் பாரதி! இன்னும் அந்த மிலிட்டிரி குவார்ட்டர்ஸ் தீர்ந்தபாடில்லை. சக்கரங்கள் உருண்டுகொண்டிருந்தன. அவன் நகர்ந்துகொண்டிருந்தான். ஹரிஹர சுப்ரமண்ய ஐயர் ஒரு கட்டத்தில் சொன்னார். நவீனா நீ ஒரு ஐம்பது வயது பாப்பா – அவர் மாத்திரம் என்னவாம் – சிவன் மாத்திரம் என்னவாம்? அவனும்தான்; அவரும்தான். சிவன் குடிப்பான் என்பதுதான் உங்களுக்குத் தெரியுமே – பீப்பாய் இல்லை என்றாலும், அப்படி ஒன்றும் மோசமில்லை – ஆனால், சிவனுக்கு நடுவில் சந்தேகம் வந்துவிடும் – ஏன் குடிக்கிறோம், எதற்காகக் குடிக்கிறோம். ஏன் குடிக்காமலிருக்கக்கூடாது. குடிக்காமலிருந்தால் என்ன, என்று தணியும் இந்தச் சுதந்திர தாகம் (அவன்தான் கவிஞன் ஆயிற்றே) என்று மடியும் எங்கள் அடிமையின் மோகம் – ஒரு தடவை குடித்துவிட்டு அவன் ஹரிஹர சுப்ரமண்ய ஐயரிடம் – நான் ஒரு பாப்பா என்றால், நீ ஒரு பீப்பா என்றான் – விசேஷமாகக் கவனிக்கத்தகுந்த மனிதனாகத் தோன்றாவிட்டாலும் அவன் அப்படி ஒன்றும் ஒதுக்கப்படக்கூடிய மனிதன் இல்லை – ஒதுங்கி வாழ்பவர்களெல்லாம், ஒரு வகையில் ஒதுக்கப்பட முடியா தவர்கள் – நவீனனுக்குச் சற்று ஆயாசமாயிருந்தது – சிவன் வீட்டிற்குப் போகும் வழியும் தீராது போல்தான் இருந்தது. பக்கங்கள் – அதாவது எழுதும் தாள்கள் – அவைகளும் ஒன்றன் பின் ஒன்றாக வந்துகொண்டே இருந்தன – சிவன் அதிகமாகப் பேசமாட்டான் – அவனும் அவனும் (சிவன்) ஹரிஹர சுப்ரமண்ய ஐயரும் நடந்துகொண்டு போய்க்கொண்டே இருக்கையில் – இந்த ஊரில் சில ரஸ்தாக்கள், வீதிகள், முடுக்குகள் இவர்களைச் சகித்துத்தான் இருக்கவேண்டும். சிவன் நடுவில் நடுவில் சற்று நிற்பான் – ஸைக்கிளை நிறுத்திவிட்டு – ஒரு – பீடி (கொளுத்த – நவீனா, உனக்குத் தெரியுமா, தெரியுமா உனக்கு நவீனா, ஒரு பீடி நுனியில்தான் என் வாழ்க்கை எரிந்து கொண்டிருக்கிறது – அதிகமாக பேசாதவன் இருந்தாற்போல் இருந்து அவனிடம் பேசு பேசு என்று அவனைப் பேசிக் கொன்றுவிடுவான் – இந்தச் சிவன் யார்? – ஒருமுறை சற்றுத் தான் குடித்திருப்பான் – அப்பொழுது – அவர்கள் பழகின பாதையில் நடந்துகொண்டிருந்தபோது – அவன் – சிவன் –

இவனிடம் – நவீனன் சொன்னான் – நவீனா, நாம் வீட்டிலிருந்து வந்துகொண்டிருக்கிறோமா அல்லது வீட்டை நோக்கிப் போய்க் கொண்டிருக்கிறோமா? நவீனா, நேற்று நான் குடிக்கவில்லையே என்று இன்று எனக்கு இன்று ஞாபகம் வரும்பொழுது எனக்கு நாளைக்கும் குடிக்காமல் இருந்துவிடுவோமா என்று எனக்குக் கவலையாக, பயமாக, கலவரமாக இருக்கிறது நவீனா (நவீனன் தனக்குள் ஜனகணமன என்று சொல்லிக்கொண்டான். அவன் தனக்குள் மீண்டும் சொல்லிக்கொண்டான் – சுலோ உனக்கு ஒரு நமஸ்காரம்) ஒருநாள் அவன் முகம் சுரத்தில்லாதிருந்தது; ஜுரமடித்தது போல்; ஏனென்று நவீனன் கேட்டதற்கு, "இரு நாட்களாகக் குடிக்கவில்லை. குடிக்கப் பயமாக இருக்கு; குடிக்காமல் இருக்க முடியவில்லை."

எங்கேயோ பாரதி எழுதியிருந்தது அவன் ஞாபகத்திற்கு வந்தது. என்ன வாழ்க்கையடா இது? சிவன் தொடர்ந்து பேசினான். நவீனன் நான் சண்டை சமயத்தில் மூணு வருஷம் சேனையில் இருந்தேன். அப்பா, அம்மா இருக்கும்போதே, தன்னைவிட இருபது வயது குறைந்த ஒரு பெண்ணைக் கல்யாணம் செய்துகொண்டார்; அந்த அதிர்ச்சியில் சண்டையில் சேர்ந்தேன் – பிறகு மூன்று வருஷங் கழித்துத் திரும்பியதும் இவளைக் (தன் மனைவியைக் குறிப்பிட்டான்) காதல் கல்யாணம் புரிந்துகொண்டேன். இந்த இரண்டிலும் இருந்து நான் இன்னும் தப்பமுடியவில்லை. நவீனனுக்கு ஞாபகம் வந்தது. அவர்கள் இருவரும் மாலை நேரம் பேசிவிட்டு கிழக்கு வீதியை அடைய நேராகப் போகலாம்; அது சுருக்கு வழிகூட. ஆனால், அவன் ரொட்டிக் கிடங்கைத் தாண்டிச் சுற்று வளையமாகத் தான் போவான். அங்குதான் அவன் வழக்கமாகக் குடிக்கும் கடை இருந்தது. சில சமயம் – அது கள்ளுக்கடை இல்லை; சாதாரண ஷாப் – கண்ணுக்குத் தெரியாமல் கள் விற்றுவந்த பல கடைகளில் ஒன்று – கூட்டம் அதிகமாக இருந்தது – அவன் நவீனனிடம், "நீ போய்க் கொள்" என்று சொல்வான். நவீனனும் அவனிடம் சொல்லிப் பிரயோஜனமில்லை என்று போய்விடுவான். இன்னொரு முறை அவன் நவீனனிடம் சொன்னான் – நவீனா, நாலு தெருக்களில் இந்த மாதிரிக் கடைகளை ஒவ்வொன்றாகப் பார்க்கையில் எனக்கு அடக்க முடியாத தாகம் எடுக்கிறது. ஒருமுறை இப்படிக் குடித்து விட்டவனைக் கூடவந்தவன் தன் ஸைக்கிளை வைத்துவிட்டு இவனை டாக்ஸியில் வீடு கொண்டு சேர்க்கும்படி ஆகிவிட்டது. ஒருமுறை அவன் சொன்னான் – நவீனா! நான் அதிக நாள்

போகமாட்டேன். அதனால்தான் ஒரு வீடு கட்டிக்கொண்டி ருக்கிறேன் – என் பிள்ளைகளுக்குப் படிப்பு வரவில்லை. இல்லா விட்டாலும் தினந்தோறும் இரவு 10 மணிக்கு மேல் பாதிபோதை யுடன் வரும் என்னைப் பார்த்தால் அவர்கள் விலகிப் போகிறார்கள் – 10 அல்லது 12 வயதுதானே – என் மனைவி யுடன் அடிக்கடி சண்டை போடுகிறேன் – ஆனால், நவீனா, அந்த ஐயர் சொன்னதுதான் சரி – பீப்பாவிற்கு நவீனா, ஒரு பாப்பா வேண்டியிருக்கிறது. பாப்பாவோ பைத்தியமானாக் கூடப் பரவாயில்லை. “என்ன சொல்வது – தேரை சொல்ப வனாக இருக்கலாம் – சிவன் விகுதியைப் பகுதியாகக் கண்டு மயங்கிவிட்டான். அப்படியும் சொல்வதற்கில்லையே. ஏனென்றால் சிவனே அவனிடம் சொன்னமாதிரி. நவீனா, ஏண்டா அந்தச் சுலோ உன்னை ஜான் துரைசாமி என்றாள்; நீ நவீனனா, ஜான் துரைசாமியா? நவீனா, It is a terrible jug, ஆனாலும் நவீனா உன்னைக் கண்ட பிறகு எனக்குச் சாதாரண வாழ்க்கையே அலுத்துவிட்டது. குடிப்பழக்கம் போதாது என்பது போல நீ எனக்குக் கவிதைப் பழக்கமும் ஏற்படுத்திவிட்டாய். நவீனா, என் ‘சுலோ’வுடன் நான் ஒட்டாமல் ஒட்டிக்கொண்டே இருக்கிறேன். உன்னுடன் என்னதான் ஒட்டினாலும் ஒட்டாம லேயே போகிறேன். என்ன வாழ்க்கையடா இது? இந்த பாரதிதான் வண்டிக்காரன் பாஷையில் எவ்வளவு அருமையான கவிதைகளைப் பாடிவிட்டான். எதையாவது எவனையாவது ஒட்டிக்கொண்டுதானேடா மனிதன் ஒரு முழுக்குடியன் மாதிரி வாழ்க்கை முழுக்கத் தட்டுத்தடுமாறி நடக்கிறான் – நவீனா, வாழ்க்கையே ஒரு ஒட்டுவாரொட்டி வியாதிதானாடா? நவீனா, நீ எப்படி இப்படி வாழ்கிறாய்? நவீனா, இப்படிஇப்படி எப்படி எப்படி வாழ்கிறாய்?” நவீனனுக்கு ஐயர் ஞாபகம் வந்தது. நவீனா, நீ யார் என்று எனக்குச் சொல்லமாட்டாயாடா? நீ நவீனனா அல்லது ஜான் துரைசாமியா? உனக்கு முன்னாடியே அந்தச் சுசீலாவைத் தெரியுமா? நவீனனுக்கு ஒரு கணம் மனம் சுருட்டிக் கொண்டு வந்தது. என்றாலும் இதையெல்லாம் இது மாத்திரம் சிவன்... நவீனன் கடைசியாக வந்துவிட்டான். ஸைக்கிளை சிவன் வீட்டிற்கு முன் உள்ள மேட்டின் மேல் ஏற்றிக் கொண்டிருந்தான். அங்கு ஒன்று சேர நான்கைந்து நாட்டு நாய்களைப் பார்த்தான். சிவன், பழக்கமானவர்களை அவைகள் முகர்ந்தறியும் என்றும், கடிக்காது என்றும் சொல்லியிருந்தான். நாய்களுக்கு மோப்பம் அதிகம். சிவன் வீட்டில் ஏறுவதற்கு முன்னமேயே சிவன் சபரிமலைக்குப் போய்விட்டான் என்று தெரிந்துகொண்டான். இது குடியை நிறுத்த ஒரு உபாயம் என்பது அவனுக்குத் தெரியும். இருந்தாலும் இன்னும் பல சம்பவங்களில்

சிவன், அதுவாகும் தன்மையை அவன் கண்டிருக்கிறான். நவீனன் ஸைக்கிளில் தன் காலை வைத்தான். அப்பொழுது அவனுக்குத் திடீரென்று அந்த நாட்டு நாய்கள் ஞாபகம் வந்தது. அப்பொழுதும் அவன் தன்னையே கேட்டுக் கொண்டான். "நவீனனை ஏன் ஒரு நாய் என்று சொல்லக் கூடாது?"

நவீனன் எழுதிக்கொண்டிருந்தான். "இந்த ஊரில் மேட்டுத் தெரு என்று ஒரு வீதி, வண்ணான்குடி, கசாப்பு கடை, மனிதச் சமூகத்தின் எச்சங்கள், தெரு நாய்கள், கொக்கரக்கோ என்று கொக்கரிக்கும் கோழி, சேவல், வாய் பிளந்து 'காகா' என்று விகாரமாகக் கத்தும் காகங்கள். கள்ளுக்கடை – இவைதான் இந்த இடத்தின் சிறப்பு. இது மிகவும் நீளமான தெரு. ஒரு கோடியில் நின்று பார்த்தால் மறுகோடி தெரியாது. இந்தத் தெரு இரு கிளையாகப் பிரியும். முடிவில் வடக்கு நோக்கிப் போனால் பார்ப்பனர்கள் மயானம்; மறுகோடி சென்றால் அது வளைந்து சுற்றிப் பல மூலைமுடுக்குகளைத் தாண்டினால் இந்த நகரத்தில் மெயின் ரோடைச் சேரலாம். இந்த நகரத்தின் ஆரம்பப் பகுதியில் ஒரு சினிமாக் கொட்டகையின் ஒரு சரிவில் ஒரு சாதாரண வெற்றிலைப் பாக்குக் கடை; அதன்பின் ஒரு சாக்கடைப் பள்ளம்; அதையும் தாண்டினால் ஒன்றையொன்று பிடித்துத்தள்ளும் மாதிரிப் பாதி ஜீரணமான நாலைந்து சிதிலமான கூரை வேய்ந்த வீடுகள். அது ஒன்றில்தான் சரக்கை வைத்துக்கொண்டு ஜீவனம் நடத்தினார்கள் சமூகத்தின் வேண்டாத கறிவேப்பிலைப் பிரஜைகள், மேலே சொன்ன வெற்றிலைப் பாக்குக் கடையின் ஜாதகத்தைக் குறிப்பதுதான் இங்கு நான் செய்யக்கூடியது. ஒரு கடை என்று சொன்னேன்; மறந்துவிட்டேன். க்ஷமிக்க வேண்டும்; எனக்குத்தான் கதை எழுதத் தெரியாது என்றுதான், ஐயர் பாஷையில் சொல்வ தென்றால், புத்திராக்ஷஸர்கள் சொல்லிவிட்டார்களே. அதனால் எப்படி எழுதினால்தான் என்ன? நண்பா, நீ ரில்கேயைப் படித்திருப்பாயே. வேறு எதுவும் உனக்குத் தெரிந்தாலும் தெரியாவிட்டாலும் இதையெல்லாம் நீ தெரிந்து வைத்துக் கொண்டிருப்பாய் – மேல் நாட்டில் அவன் அதை எழுதினான். இவன் இதை எழுதினான். எவன் எதை எழுதினான் என்பதெல்லாம் உனக்கு அத்துப்படி – அப்படிச் சொல்லடி அத்திரிப்பாச்சா என்று நீ இதைப் படிக்க நேர்ந்தால் சந்தோஷப்படுவாய் என்பதும் எனக்குத் தெரியும் – நீ எவ்வளவு தூரம் முன்னே முன்னே போகிறாயோ நான் அவ்வளவு தூரம் பின்னே போகிறேன் என்பதில் உனக்கு மாத்திரமில்லை, எனக்கும் மட்டற்ற மகிழ்ச்சி – சும்மாவா சொன்னான் தாயும்

ஆனவன்; எல்லோரும் இன்புற்றிருப்பது அன்றி வேறொன்று மறியேன் பராபரமே, ஆனால், உனக்கு வேண்டியது மேல் நாட்டுச் சரக்கு அல்லவா? ஐயர் சீமைச் சரக்குத்தான் குடிப்பார். சுலோ டெக்கார்ட்டேயைப் பற்றித்தான் பேசுவாள். ஆனால், நமது சிவன் குடிப்பது கணேஷ் பீடி; அருந்துவது பட்டைச் சாராயம். அவன் நண்பன்தானே நானும் – என்ன சொல்லிக் கொண்டு வந்தேன் நான் – மறந்துவிட்டேனே – கோபப்படாதே – வேறொன்றுமில்லை – வயது 50 ஆகிவிட்டது – இப்பெல்லாம் ஒவ்வொரு சமயம் ஒவ்வொன்று மறந்துவிடுகிறது – ஒருநாள் எல்லாமே மறந்து போயிடும் – அப்ப நான் வண்டி மாறி அயல் ஊருக்குப் போய் விடுவேன். ஊராவது பேராவது எல்லாம் பைத்தியக்காரத்தனம் – மீண்டும் விநயமாகச் சொல்கிறேன் – கோச்சுக்காதே ஜே.கெ.யைக் கேளு – சொல்வார் – தம்பி. என் கையிலே இன்னும் துருப்புச் சீட்டு இருக்கு – இப்படி யெல்லாம் நான் எழுதக் கத்துண்டது ஒத்தர் பின்னாலேயும் போய் இல்லெ – தனியா எழுதி எழுதிக் கத்துண்டது – பின்னே அவன் கொடுத்த பிச்சை அதிகமாக என்னிக்குமே பேசின தில்லை. ஏன் பேசறேன் – எனக்கு வாழைப்பழம் தின்னாக்கூட வாய் நோவறது – என்னா சொல்லிட்டு வந்தேன் – சொல்றேன்– ரில்கெயைப் பத்தி உனக்குத் தெரிந்திருக்கும் – அவன்தான்னு நினைக்கிறேன் – ஒரு இடத்திலே எழுதியிருந்தான் – அவன் எழுத உக்காந்தான்னா, அம்மா செத்தான்னாக்கூட எழுதறதை நிறுத்தமாட்டானாம் அவ்வளவு உள் நாட்டம் – அவனேதான் சொன்னான்னு நினைக்கிறேன் – கலை கலைன்னு நாம்ப சொல்றோம் இல்லை. அதுக்கு உள்ள ஆதாரமெல்லாம் எதுன்னு ஒத்தனாலேயும் சொல்லமுடியாது – எதுவோ இருந்து உனக் குள்ளே புகுந்து உன்னைத் துளைக்குது – இப்பத் தெரியறதா – எழுத்து வெறும் சவடால் பேச்சில்லை – மீசையை முறுக்கினாலும், குரலை உயர்த்தினாலும் அது நீ கூப்பிட்டா வராது – அது வரப்போ வரும் – இல்லாட்டா போடா போன்னு அது பாட்லே போகும் – நீ மீசையை முறுக்கிட்டு இருக்க வேண்டியதுதான் – இரண்டு கடைகள் – அதுலெ ஒரு கடெலதான் – நம்ப சிவென்டெ மாற்றாந் தாயுடைய ரண்டாவது மகன் – அவன்தான் மாணிக்கம் இருந்தான் – அந்த முதல் கடெலெ வாரம் செஞ்சிண்டிருந்தவன்தான் நம்ப நாராயணன் நாயர் – ஜனங்க அவனெ நாச்சப்பன்னு கூப்பிடுவாங்க – ஆனா ஒன்னு நாச்சப்பனெ 'மிக்கவாரம்' கடெலெ காணாது– சகல நேரமும் நம்ப அண்ணாச்சியைத்தான் அங்கெ பாக்கலாம் – அதுதான் மாணிக்கம் – முதல்லே நான் பார்த்தப்போ எனக்கு 'ச்சோ'ன்னு வந்துடுத்து – அத்தைக்கு நோஞ்சல் தேகம் – ஒரே

எலும்புக்கூடு – இதன்னா இந்த மனுஷன் இப்படி இருக்கான்னு என்னை நானே கேட்டுக்கிட்டேன் – இவன் என்னா உயிருள்ள மனுஷன் மாதிரி இல்லையே – பிரேதம் கணக்கால்லெ இருக்கான்னு – பின்னெத்தான் பாரு – முதல்லெ நான் இப்படி நினைச்சேங்கறது அப்படியே மறந்திடுச்சு. (தேரையே, உனக்கு ஒரு நமஸ்காரம்.) இது ஏன்னு தெரியல்லே. பின்னெ யோசிச்சா கொஞ்சம் விளங்கறாப்லெயும் தெரியறது. எந்த மனுசனெப் பத்தியும் நாம்ப ஒன்னு தெரிஞ்சக்கணும் மத்ததெல்லாம் அத்ரெ முக்யமில்லெ – எல்லாத்துக்கும் அடியிலே இருக்கான் பாரு – அந்த மனிசன் – ரொம்ப நல்லவன், பாக்கப் பாக்க லெச்சணமாத்தான் இருக்கான் – ஆனாக்கெ ரொம்ப மனுஷங்களுக்கு இது தெரிய மாட்டேங்கறது... பின்னெ மாணிக்கத்தை பத்தி இல்லெ சொல்லிக்கிட்டு வந்தேன் – ஒரு டைம்லெ நம்ப சிவன் ஆபீஸிலெ இருந்து வரேலே நாச்சப்பன் கடைக்குத்தான் போவாரு – அப்ப மாணிக்கந்தான் இருப்பான் – நாச்சப்பன் ஆபீஸர்ன்னா அவனுக்கு நம்ப மாணிக்கம்தான் பி.ஏ. கடெலெ உள்ள சரக்கெல்லாம் நாச்சப்பன் மாசத்திலெ ஒரு வாட்டி ஸைக்கிள்ளெ எடுத்திட்டு சாலைக் கடைத் தெருலே போய் முதல் முடக்கி சரக்கை எடுத்துப் போட்டுட்டு – கடெலெ போட்டுட்டுப் போயிடுவான் – பின்னெ சூரியன் சாயறப் போதான் அவன் கடைக்கு வருவான் – அண்ணாச்சி வெறுப்பான். காலெலெ கடையைத் திறந்து வைச்சுடுவான். பின்னெ கடைப் பொறுப்பு எல்லாம் அவன்தான் – சிவன் வந்துட்டாப் போறும் – அவனைச் சுத்திப் பத்திண்டு நாலஞ்சு பசங்க – நல்ல வண்ணம் பாத்தா பச்சை மிளகா – நண்டுவாக்கிளி, மாதிரி இருக்கும் அதிலெ ஒரு பயலெ நன்னா ஞாபகமிருக்கு – ஒரு கிழிஞ்ச காக்கி ட்ரௌஸர் – உண்டைக் கண் – மூக்கிலிருந்து ஒழுகிண்டே இருக்கும். துடைச்சு விட்டுண்டுடிருப்பான் – சிவனைப் பாத்தா எங்கே இருந்தாலும் சிட்டாப் பயந்து வந்திடுவான் – சிவனும் ஒரு ஒத்தை நோட்டை எடுத்துக் கொடுப்பான் – அஞ்சு நிமிஷத்திலெ அவன் கடைக்குப் பின்னெ உள்ள சாக்கடைப் பள்ளத்திலெ முண்டி யடித்துக்கொண்டிருந்த அந்தச் சிதிலமான கூரைக் கிடங்கி லிருந்து குப்பிலெ சரக்கை வாங்கி அண்ணாச்சியின் கையில் குடுப்பான். அண்ணாச்சி சோடா புட்டியை உடச்சுக் கிளாசிலெ உள்ள சரக்கிலெ ஊத்திக் குடுப்பான் – பயல் நின்னுக்கிட்டே இருப்பான். சிவன் ஒரு நாலணாத் துட்டெ எடுத்து அவன் கிட்டெ குடுப்பான். அவன் போயிடுவான் – அடுத்த 'நோட்டப்புள்ளி' அங்கெ வரப்போ அவன் ரெடிராயல் மெயிலா அங்கே வந்து நிப்பான். சாக்கடைப் பள்ளத்தை

நோக்கி ஒரு பாய்ச்சல் – அடுத்த நிமிஷம் இன்னொரு சின்ன குப்பி – பய கையில நாலணாத்துட்டு. குடிச்சிட்டு சிவன் பீடியைப் பத்தவச்சிட்டு மாணிக்கத்துங்கிட்டக் குசலம் கேட்பான். "ஆத்தா எப்படி இருக்கா? இன்னம் அப்படித் தானா?" யாரு சின்னவளுக்குப் பள்ளத்திலிருந்து ஆளா? பய படிக்காட்டா வேணாம் – (மாணிக்கத்துக்கு மூணு சகோதரிகள் – அவன் தாய்க்கு ஒரு சின்ன வீடு. அந்த வீட்டில்தான் எல்லாரும் ஐக்கியம். மாணிக்கம் தான் குடும்பத்திற்கு ஒரே துணை. சிவன் மாற்றாந்தாய் ஒரு மாதிரி. யாரையாவது அதிகாரம் பண்ணிக் கொண்டிருக்கலாம். என்னடா அது செய்யலையே இது செய்யலையே – இப்படித் தொண தொணன்டு தொண தொணத்துக்கொண்டே இருப்பாள்) "கொஞ்சம் பைசா இருக்காம். அம்மச்சி சொல்லுது பய குடிக்காரன்டு!" "குடிச்சா என்னவாம்?" "பய ஒழுங்கா நாலு காசு சம்பாதிச்சா போதும்", "எத்தனை வேணாமாம்?" "4000 வேணம்கறான்", "போய்ட்டு வரச் சொல்லு" இப்படிச் சிவனும் மாணிக்கமும் தினம் தினம் ஏதாவது பேசிக்கொண்டிருப்பார்கள். சிவன் பக்கத்திலே கூனிக்கூனி ஒடிஞ்சு போற மாதிரி அந்தச் சாமி – சாமிக்குக் காலெஜ்லெ வேலையாங்காட்டியும் – போறவன் வரவன்லாம் கண்ணைவிடறான் – சொல்றான் – இந்தப் பட்டர் என்ன எப்பப் பாத்தாலும் இந்தப் பாண்டிப் பிள்ளையோட சுத்தறான். நல்லதுக்கில்லெ – (இங்குப் பட்டர் மலையாளத்தில் பாப்பான் என்ற தமிழ்ப் பிரயோகத்திற்குப் பரியாயம், இரண்டுமே இன்று பரிகாசப் பிரயோகங்கள்) என்று குறிப்பிடப்படுவது சாக்ஷாத் நவீனனையே) கௌரவமான மனிதர்கள் இந்த வழியில் நடந்து போகும்பொழுது – நவீனனைப் பார்த்து, என்ன இது தெருக் காலிகளுடன் வெத்தலை பாக்குக் கடை முன்னெ இந்த நாலுந் தெரிஞ்ச மனுஷன் இப்படி இருக்கான் என்று தங்கள் அதிருப்தியை அடக்கி வைத்துக்கொண்டு இவனைப் பார்த்ததும் ஒரு சிரிப்பைத் தூவிவிட்டுப் – "பின்னெ பார்க்கலாம்" என்று போய்விடுவார்கள். வேறு சிலர் அந்தக் கடை வந்ததும் இவனைப் பார்க்காமலிருப்பதற்காக ஏதோ பெரிய யோசனையில் ஆழ்ந்தவரைப் போலத் தலையைத் தொங்கப்போட்டுக்கொண்டு போவார்கள் – சில நாள் நாச்சப்பன் கடையிலெ அண்ணாச்சியைக் காணாது – சிவன் கிட்ட இன்னொரு சைவப் பிள்ளை கேக்கும் (தேரையே, உனக்கொரு நமஸ்காரம் இதையெழுதும் நவீனன் ஒரு தெய்வ பக்தன். அதனால்தான் இப்படி, இவனுக்குத் தேரை ஒரு உபதேச குரு. அதனால்தான் இடைக்கு இடை இப்படி) "என்ன வேய், அண்ணாச்சியைக் காணலே" (அண்ணாச்சிகளும் அண்ணாச்சி

களை அண்ணாச்சியென்று கூப்பிடறாங்க, பட்டரும் பட்டரைப் பட்டரென்று) "வீட்லே அம்மைக்கும் மகனுக்கும் வலுத்த சண்டை", "ஊம்", "அவளுக்கும் இப்பத்தான் மூணையும் கட்டிக் கொடுக்கணும். பின்னெ எங்கிட்டிருந்து 10, 25 கடன் வாங்கிட்டுவான்னு. (நான்தான் எவ்வளவு குடுக்க) இப்படி இப்படி, ஐயர் சொன்னமாதிரி, நவீனா, இப்படி இப்படி இருந்து இருந்து இப்படியானேன் சிவனே சொன்னமாதிரி – நவீனா, பாசம் பாசக் கயிறா என்னைக் கழுத்திலெ கையெ வைக்கறது– இப்படித்தான் அண்ணாச்சியைக் கடையிலெ அடிக்கடி காணாது – இன்னிக்கும், இத எழுதற இப்பக்கூட ஞாபகம் வர்றது – வழக்கம்போல ஒரு நா, நானும் அவனும் சைக்கிளை உருட்டிக்கிட்டுப் போனோம். அன்னிக்குச் சிவன் நன்னாப் போட்டிருந்தான் – கொஞ்ச நேரம் பேசாம வந்தான் – பின்னெ என்ன நினைச்சானோ என்ன தெரியாது – பேச ஆரம்பிச்சான் பாரு – அப்படிப் பேசிப் பேசித் தள்ளித்தான் – நீ நவீனா எழுதறே– நல்லாத்தான் எழுதறெ – நான்தான் சொல்றேன்னாக்கூட நீ நல்லாத்தான் எழுதறெ – அதனாலெத்தான் நான் உன்னைக் கெட்டியாப் பிடிச்சுக்கிட்டேன் – நவீனா, உனக்கு நீ யார்னு தெரியாது. எனக்கு இதெல்லாம் தெரிஞ்சிருந்துட்டும் நான் சொல்றேன் – நீ இதை வெச்சிண்டு ஏதாவது எழுதுவெ – அதனால்தான் சொல்றேன் நீ என்னெல்லாமோ படிக்கிறே – எனக்குள்ளே தெரியாதா? – ஒவ்வொரு நூல் நிலையத்துள்ளே போறெ. நான் உன்னை வெளியிலெ காத்து நிக்கறேன் – ஆளைக் காணலெ – புஸ்தகம் புஸ்தகமாக எதைத் தேடறே – புஸ்தகக் கடெலெ போயி பத்துப் பதினைஞ்சு கொடுத்து வாங்கறே – நான் எல்லாத்தையும் பாக்கறேன் – எனக்கும் ஒரொரு சமயம் தோணாம இல்லை. நீ இப்படி விழுந்து விழுந்து படிக்கிறதெப் பாத்தா – நானும் படிச்சான்னு – அதோடு அது நின்னுடறது – உன் வழி உனக்கு – என் வழி எனக்கு – சில சமயம் தோணறது – இவன் குடிக்கிறதோட சரி – இடையிலே புகுந்து பேசாதே – எனக்குத் தெரியும் உனக்கு என் கவிதை பிடிக்கும்னு – ஆனா உனக்கும் எனக்கும் பிடிச்சாப் போதுமா?– மறுபடியும் இடையே புகுந்து பேசாதே – இப்படி எல்லாம் பேசினாலும் நானும் எழுதுவேன் இந்தப் பாடாவதி வேலெயிலிருந்து, இந்தச் சைத்தான் குடிலே இருந்து, அது ஒன்னுதான் என்னைக் காப்பாத்தறது – அது எப்படியாவது போகட்டும் – நீ ரில்கேயைப் பத்திப் பேசறே. அவ டெக்கார்ட் டேயைப் பத்தி ரொம்பத் தெரிஞ்ச மாதிரி பேசறா – யார் இந்த ஜான் துரைசாமி? – எனக்கு ஒன்னும் தெரிய வேண்டாம் – ஆனாப் பாரு நவீனா. இந்த ரில்கெ, டெக்கார்ட்டே

இவர்களுக்கெல்லாம் டிமிக்கிக் கொடுத்துண்டுதான் இருக்கு, இங்கே நடக்கிறதெல்லாம் நவீனனுக்கு ஐயர் சொன்னது ஞாபகம் வந்தது – அங்கே அங்கே போனாலும் இங்கே இங்கே தான் வரேன் நவீனா – சிவன் திடீரென்று நின்றான் – ஒரு வளைவு – அதில் அவன் வாடிக்கைக் கடை ஒன்று – பார்க்கப் போனா ஒவ்வொரு எழுத்தாளனும் ஒரு அயோக்கியப் பயல்தான் – நவீனனுக்குத் தோணித்து இப்ப இவனைவிட்டா இவன் இப்ப இருக்கிற நிலையிலெ உள்ளெ போனா ஒன்னும் வெளிலெ வராதுன்னுங்கிற நிச்சயத்தில் அடுத்த வளைவிலெ வச்சுக்கலாம்னான் – அவன் என்ன நினைத்தானோ என்னவோ சரின்னான் – நவீனனுக்குப் போன உயிர் திரும்பி வந்தது – சிவன் மறுபடியும் பேச ஆரம்பிச்சான் – அவன் பேசவா செஞ்சான் – அவன் உள்ளே இருந்த ஒன்னு அவனை என்னவோ அப்படி விரட்டி விரட்டி அடிச்சுது. நீ எழுதறவன்தான் – யாரில்லென்னாங்க. ஆனாக்கே உனக்கு சில தெரியாது – இப்பத்தானே – நீ பாக்கல்லே – அதுதான் என்டெ உறவுக்காரன்– மாணிக்கம் – அவனெப்பத்தி உனக்கென்ன தெரியும் – அந்தக் கடையைச் சுத்திச் சுத்தி வர்ரான்கில்லே – அந்தப் பச்ச மிளகா, நண்டுவாக்கிளி இவங்களெப்பத்தி எல்லாம் உனக்கு ஏதாவது தெரியுமா? அது பின்னாலெ வச்சுக்கலாம் – மாணிக்கம் முதல் வேலெ சாலைக் கடைலெ ஒரு ஓட்டை ஓடைசல் கடை வெச்சிருந்தான் – கொஞ்ச நா அதிலெ வண்டி ஓடிச்சு – அதையும் விட்டான் – பின்னெ ஒரு ஸைக்கிள் கடைலெ சித்தாளா இருந்தான் – நாலஞ்சு ஓட்டை ஸைக்கிள் – ஒரு முதலாளி – ஒரு மாதிரி ஸைக்கிள் ரிப்பேர் செய்வான் – ஒன்னுரண்டு கிடைக்கும் – அப்பத்தான் அவன் மூலம் நான் ஒரு ஸைக்கிள் – இப்ப இருக்கிறதில்லெ – அது ஒரு ராயல் கிங்– என்ன ராயலோ என்ன கிங்கோ – பேரைப் பார்த்தாலே தெரியுது இல்லே – வாங்கினேன் அவன் மூலமாத்தான் – வாங்கினேன். பின்னெ இங்கெயும் அவனாலே நிலைச்சு நிக்க முடியலெ. அம்மாக்காரிதான் காரணம் – எங்கேயோ ஒரு பெண்ணுக்கு, ஆலோசனை – இவனுக்குத் தெரியும் அந்த இடமெல்லாம் தங்களுக்கு ஒத்துவராதுன்னு – என்றாலும் போனான் – ஒரு வாரங் கழித்து வந்தானா, முதலாளிக்கும் இவனுக்கும் சண்டை. முதலாளிகிட்ட மாத்திரம் குத்தம் இல்லெ – இவன் சவால் விட்டிருக்கான் – உங்க கடை உங்ககிட்டெ இருக்கட்டும் – என் கிட்டெயும் சில வித்தை இருக்கு – அப்புறம் அவன் கடைக்குப் போகல்லெ – இப்பொழுது நவீனனுக்குத் தாகம் எடுத்தது. தாகம்னா அப்படி ஒரு தாகம் – எதிரெ ஒரு கடையும் இருந்தது. ஆனா இவனுக்குப் பயம் – இவன் சோடா குடிக்க

ஆரம்பிச்சா சிவன் ஒரு 300, 400 மில்லி உள்ளே தள்ளி விடுவானோன்னு. அதனாலே சிவன்கிட்டே ஒரு நிமிஷம் என்று சொல்லிவிட்டு ஒருமுறை வெற்றிலை போட்டுக்கொண்டான். பிறகு இவனுக்கும் பேசணம்னு ஒரு வெறி – பின்னெ கேப்பானேன் – இத்தனைக்கும் இவனுக்கும் சில சமயம் தோணாதெ இருந்ததில்லெ – சில சில சமயம் மனுஷன் ஒரு வெறி நாய் மாதிரி ஆயிடறான்னு – நீ சொல்றது பூராச் சரியில்லெ – சிவா, எனக்கும் அப்பா உண்டு, அம்மா உண்டு, அண்ணன் உண்டு, தம்பி உண்டு, தங்கை உண்டு இதிலெ இருந்துதான் விஷயம் ஒவ்வொன்றாகக் கிளம்புகிறதுன்னு வச்சுக்கோ – புத்துலெ இருந்து பாம்பு தலையை நீட்ற மாதிரி ஒரு கணக்கிலென்னு, இது ஒரு பேசறதிலெ ஒரு மாதிரின்னு வச்சுக்கோ – எனக்கு ஒரு தம்பி உண்டு – தம்பின்னு இல்லெ ஒன்னுக்கு மேலேயும் உண்டு – ஆனா இப்ப இந்தத் தம்பியைப் பத்திச் சொல்லலாம்னு நினைக்கிறேன் – அவன் என்னை மாதிரி புத்தகத்தைக் கட்டிண்டு அழல்லெ – அதனாலெ என்ன? – நீ நினைக்கிற மாதிரி நான் ஒன்னும் படிப்பிலெ அப்படிப் படுசுட்டி இல்லெ – பிடிக்கிறதையெல்லாம் படிச்சேன் – அவ்வளவுதான் சிவா, ஒரு விஷயமும் நம்ப கையிலெ இல்லெ – ஏன், சொல்லப் போனா நேக்குத் தோன்றது. நாம்ப நாம்பளா இருக்கிறதுகூட நம்ப கையிலெ இல்லேன்னு வைச்சுக்கோ – என்னவோ சொல்ல ஆரம்பிச்சேன் – எங்கேயோ போயிண்டி ருக்கேன். இப்படித்தான் ஒவ்வொண்ணும் – எனக்கு ஒரு தம்பி உண்டு என்று சொன்னேன் இல்லையா – அவன் கல்யாணம் பண்ணிண்டு வீடு கட்டிண்டு குடியும் குடுத்தனமா இருக்கான் – என்னைப் பத்தித்தான் உனக்குத் தெரியுமே – இன்னமே சுசீலாவைப் பற்றி நினைக்கவே கூடாதுன்னுதான் இருந்தேன் – முடியறதா? – நான் யாரோ? நீ யாரோ? – யார் யாரோ? ஆராரோ – ஆரிரரோ – ஒரு தெரிவித்துத் தெளிவாக்கமுடியாத நிலையின் உருவச் சிதைவு – அது எப்படியாவது போகட்டும் – நான் சில சமயம் என் தம்பி ஆபீஸிலிருந்து வாரததையும் அவன் செய்யறதையும் பாத்துண்டு நிற்பேன் –'மாட்டுத் தொழுவத்தைச் சுத்தம் செய்வான். வைக்கோல் வைச்சுப் புகைபோடுவான் – ஏதாவது செடியை நட மண்ணைக் கிளைச்சுண்டு இருப்பான் – அப்பெல்லாம் எனக்குத் தோணும் – அவனுக்கு இந்தப் பால்காரன், அந்தக் கொத்தன், இந்தத் தச்சன், இவாளோடுதான் சிநேகம் ஜாஸ்தி. அப்பெல்லாம் எனக்குத் தோணும் இவனுக்கு மண்ணைப் பத்தியும் மரத்தைப் பத்தியும் மிருகத்தைப் பத்தியும் அந்த வகையிலெ மனுஷனைப் பத்தியும் எனக்குத் தெரியறதை விட அதிகம் தெரியும்னு – மண்ணிலிருந்துதான் மனுசன் வரான்–

மண்ணாத்தான் போறான் – அவன் வழி அவனுக்கு – என் வழி எனக்கு – இங்கு நவீனன் பேச்சை நிறுத்தினான் – சிவன் சிறிது நேரம் பேசவில்லை – பிறகு ஆரம்பித்தான் – அது என்னவோ எனக்குத் தெரியாது. மாணிக்கம் உன் தம்பி படிச்சது கூடப் படிச்சிருக்கமாட்டான் – வீட்லெ அப்பா 60 வயதிலெ மைனர் பார்ட் நடத்திண்டிருந்தார் – இவன் வெளியிலே பள்ளிக்கூடத்துக்குப் போறபோது, ஸ்கூல்லெ இல்லாம நாலஞ்சு காலிகளோடு பீடி குடிச்சுண்டு லோலோன்னு அலைவான் – ஸில்க் ஷர்ட்தான் போடுவான். இப்பத்தான் இப்படி ஆயிட்டான். நீதான் பாக்கறயே – அப்பா ஆடின ஆட்டத்திலே நாங்க எல்லாருமே வைக்கோல் பொம்மை மாதிரி ஆயிட்டோம். இப்பத்தான் இவனைப் பாரேன் – நெஞ்சைப் பாத்தியானா ஒவ்வொரு எலும்பா எண்ணலாம் – தோள் பட்டை எலும்பு முழிச்சிண்டிருக்கும் – கண்ணு குழி விழுந்துடுத்து – ஆனா அன்னிக்குப் போல இன்னிக்கும் கண், கை, கால் எல்லாமே துருதுருவென்னு வேலை செய்யும் – ஒரு நிமிஷங்கூடச் சும்மா இருக்கமாட்டான். அப்பா இருக்கறபோதே கடை கண்ணிக்குப் போறது, அது இதுன்னு சில்லறைக் காரியத்தையும் இவன்தான் செய்வான் – அப்புறம்தான் அப்பா பிஸினஸ் நொடிச்சது – வாயைப் பிளந்தது. நாங்க எல்லாம் அங்கெயும் திரும்ப முடியாம இங்கெயும் திரும்ப முடியாம இப்படி ஆனது – என்னவானால் என்ன – உங்க ஐயர் சொல்ற மாதிரி இதெல்லாம் நடக்கிற சமயத்திலெ எல்லாம். அனந்தன் அவன் பாட்டிலெ சாவதானமாக ஊர்ந்திண்டிருக்கான் – ஆனா உங்க ஐயருக்கு ஒன்னு தெரியாது – எல்லாம் போனப்புறம் – நீ, நான், ஐயர், சுலோ, சுசீலா, டெக்கார்ட்டே, ரில்கெ, நாச்சப்பன், மாணிக்கம், என்னைக் கட்டிண்டு கழுத்தை அறுக்கிறவ, உன்னைக் கட்டிக்காமலே உன் கழுத்தை நெறிக்கிற அந்தச் சுசீலா – நாம்ப எல்லாருமே வந்தோமா போனோமா என்கிற விஷயமே தெரியாம போனப்பறமும் – எஞ்சி நிற்பவன் இந்த அனந்தன்தான் – நவீனனுக்கு ஆச்சரியமா இருந்தது – ஆனா எந்தப் புத்திலே எந்தப் பாம்பு இருக்குன்னு யாராலெ சொல்ல முடியும்? – மனிதனுக்குப் பிடிபடாத ஒன்னு ஒவ்வொருத்தன் உள்ளெயும் அவனுக்குக்கூடத் தெரியாம பின்னாலே இருந்துண்டு இப்படி வேலை செய்யறது – இதைத்தானே ரில்கெ சொன்னான் – ஆனா சிவன் பேசிண்டே போனான் – சில பேர் சொல்றா என் கவிதை புரியறது, ஆனா பிடிக்கல்லேன்னு – சில பேர் சொல்றா நீ எழுதறது புரியல்லெ – அதனாலே அதிலெ ஒன்னும் இல்லை – பார்க்கப் போனா எந்த ஒன்னும் எந்த ஒன்னுக்கும் சமம் சமம் – அப்பனும் போனான்

அவ்வளவும் போச்சுன்னு வச்சுக்கோ – எப்படிப்பட்ட அப்பன் – செத்தவன் செத்தானே என்று சந்தோஷப்படற சமயத்திலே நான் சாகாம அவஸ்தைப்படறேனே என்கிற சமயமும் உண்டுன்னு வைச்சுக்கோ – குறும்புக்காரப் புள்ளைங்க ஊசிலெ புழுவைக் குத்திச் சந்தோஷப்படற மாதிரி ஆண்டவன் மனுஷனை ஆட்டி வைக்கிறான் – எவனோ சொன்னானாம் – சரி சரி சரி கம பதனி – ஆமாம் நவீனா – சரி சரி நவீனா – சரி கமபதனி – நீ நினைப்பாய் இவன் என்னவோ நன்னாக் குடித்துவிட்டுப் பிதற்றுகிறான் என்று – அப்படி ஒன்னும் இல்லை நவீனா. அப்படி இல்லை – யாரையும் பத்தியும், நான் அப்பவே சொன்னேனேன்னு, பின்னே சொல்லிக்காட்டினதில்லை – அப்பாவும் செத்தார். அத்தனையும் போச்சுன்னேன் – அப்பத்தான் எனக்குக் "குண்டுச் சட்டிலெ குதிரையை ஓட்டிண்டிருந்தோம்" என்கிற பழமொழியின் முழு அர்த்தம் புரிந்தது. அப்புறம் நாங்க எல்லாரும் குண்டு சட்டிலெ குதிரையை ஓட்டிக்கொண்டி ருந்தோம் – ஒவ்வொருத்தனும் குதிரை முட்டையைத் தேடிண்டுதான் அலையறான் – அது எங்கே கிடைக்கப் போறது – படபட என்று ஒரு வேகம் – சடசட என்று ஒரு சாய்வு – அதுதான் நவீனா நீயும் நானும் வாழ்க்கையைப் பற்றி அறிந்துகொண்ட ஒரு சூத்திரம் – ச்சோ! – என்னைப் பத்தின வரை வருஷங்கள் முன்னேற நான் பின்னே பின்னே பின்னே – பின்னே இல்லாம என்னடா – போய்க்கொண்டிருந்தேன் – ஒரு தாவா நானே போயிடுவேனோன்னு எனக்கே சந்தேகமாப் போச்சு – எனக்கு இப்ப அதை நினைச்சாக்கூடப் பயமா இருக்கு – மயிரெல்லாம் விரைச்சு நிக்குது – நவீனா மனிதன் ஒரு குடிகாரன் – நானும்தான் நீயும்தான் – அந்த ஐயர், அந்தச் சுலோ – எல்லோரும்தான் – நன்னா குடிச்சுட்டு, ஆடி ஆடித் தட்டுத்தடுமாறிக் கடைசியாகத் தடால்ன்னு விழறோம் – அப்ப ஆளே குளோஸ் – ரண்டு வருசம் முன்னாடிதான் இது நடந்தது. அப்பத்தான் நானும் நீயும் கொஞ்சம் கொஞ்சமா அடுத்து வரோம் – ஆனா இப்படி உள்ள அடுப்பம் உனக்கு என்னோடு கிடையாது – அப்ப ஒரு நாள் – அதை எப்படிச் சொல்வதுன்னு கூடத் தெரியலை – இப்பத்தோண்றது – அப்ப சிவன் தனது மூன்றாவது கண்ணைத் திறந்து என்னைப் பார்த்தான்."

என் மெய் சிலிர்த்தது.

அன்னிக்கு நான் ஓவர் – வழக்கத்தைவிட நான் அதிகமாகக் குடித்திருந்தேன் – நவீனா மனிதன் ஏன் குடிக்கிறான்? மனிதன், நவீனா, ஏன் தில்லுமுல்லு ஏதாவது விஷமங்கள் செய்யறான் – அவன் செய்யறான்கறதைவிட அவன் ஏன் இதையெல்லாம்

செய்யறான் என்று நீ கேட்டாயானால் உனக்குப் பல விஷயங்கள் தெரியும். அப்படி நவீனா நீ ஒரு மனிதனையும் அலக்ஷ்யப் பண்ணமாட்டாய் – சுலோ சொன்னாளே டெக்கார்ட்டேயைப் பற்றி – ஜான் துரைசாமி ஜன்னலுக்கு வெளியே பாத்துண்டு தன்னைத்தானே ஒரு கேள்வி கேட்டானே – இதெல்லாம் எனக்குப் புரியாமல் இல்லை – நவீனா நான் ஏறி உக்காந்ததும் என் சைக்கிள் வளைந்து வளைந்து மாத்திரம் போகவில்லை – என்னை விட்டுத்தான் தனியாகவே போயிடுத்து – நான் என் வீட்டு வாசலில் தடால்னு விழுந்துட்டேன். என்னை உள்ளே எடுத்துப்போட்டார்கள் – இந்த வாட்டி நான் நன்றாக மாட்டிக்கொண்டு விட்டேன் – ரத்தமாக வாந்தி எடுத்தேன் – வயிறு வீங்கியது – கால் வீங்கிற்று – ஸ்மரணையில்லாமல் கிடந்தேன் என்றுதான் சொன்னார்கள் – அடுத்த நாள் நவீனா, நான் ஆஸ்பத்திரியில் போய்க் கிடக்க வேண்டிய நிலைமை – என் கட்டினவ – அவளை ஏன் சொல்லணும் அவள் என்ன வேணுமானாலும் இருக்கட்டும் – நாலு பிள்ளையைப் பெற்றுக் கொடுத்தாள் – இந்த மிருகத்துடன் எப்படி வாழ்வது என்று அவள் நினைத்திருக்கமாட்டாள். அவளும் ஒரு மிருகம்தானே – அவள் ஒன்னும் சொல்லவில்லை – ஒரு வாரங் கழித்து நான் கண்ணைத் திறந்தபோது, ராத்திரி பாத்ரூமுக்குப் போகணும்னா, கையைப் பிடிச்சு எழுப்பி உக்காத்தி, வீட்லெ போய் வேண்டியதை எடுத்து வரதுக்கு கடையிலெ போய் மருந்து வாங்கறதுக்கு, நான் இல்லாத சமயத்திலே வீட்லெ காரியத்தைக் கவனிக்க, சின்ன வயசிலிருந்தே காலும் கையும் கண்ணும் துரு துருன்னு பறந்தானே அந்த மாணிக்கம்தான், பக்கத்திலிருந்தான் – நாச்சப்பன் ஒன்னும் சொல்லவில்லை – அவனுக்கு என்னைத் தெரியும் – இதெல்லாம், நவீனா, அவன் ஏன் செய்யணும்? நமக்கு ஒருவர் – ஏதோ பசையுள்ளவர் என்கிறது மாத்திரமில்லை – நம்பளைப் புரிஞ்சுக்கிறவர் – ஆபத்திலெ ஒன்னுரண்டு தருவார் என்பதுதான். அப்ப நான் ஆஸ்பத்திரியிலெ கிடந்தபோது உங்க அம்மா சொல்வான்னு சொல்வாயே. அதைப் போல அவன் தோலைச் செருப்பா தைச்சுத்தான் எனக்கு உதவி செய்தான் – நவீனா, மனிதன் என்னதான் செய்வான் என்னதான் செய்ய மாட்டான்னு இல்லை – நீ சொல்ற மாதிரி ஒவ்வொருத்தனுக்கும் உள்ளே ஒன்னு இருக்குப் பாரு – அவனை அது எப்படி எல்லாமே வெரட்டியடிக்கிறது – ஒரு மனிதன் – ஒரே மனிதன் – நல்லவனாயிருக்கான் – கெட்டவனாப் போறான் – மறுபடியும் கிட்ட வரான் எட்டப்போறான் – அவன் எப்படி எப்படி யெல்லாமோ போறான் – நவீனா, மனுஷன் மனுஷன் தானேங்கறதிலெ ஒரு மகா நிம்மதி – கடைசிலே ஆஸ்பத்திரிலே

யிருந்து போற நாளும் வந்தது – டாக்டர் சாம்பசிவனும் வந்தார் – அவர்தான் என் டாக்டர். அவரெ ஆஸ்பத்திரிக்கு வரதுக்கு முன்னாடி வீட்லெயும் பாத்திருக்கேன் – அவர் மூலம்தான் இங்கெ சௌகரியமா இடமும் கிடைச்சுதுன்னு வச்சுக்கோ – எல்லாத்துக்கும் ஆள் வேண்டியிருக்கு. நீ சொல்லுவே என்னவோ இந்த 20ஆம் நூற்றாண்டிலே கண்டுபிடிச்ச விஷயம்னு – டாக்டர்மாருக்கெல்லாம் தெரியும் – உடல் சம்பந்தமான வியாதியெல்லாம் மனுஷன் மனசோடு இணைஞ்சு போறதுன்னு. எல்லா டாக்டருக்கும் இது காலந் தொடங்கினதிலேயிருந்து தெரியும் – அதைப் போலத்தானே – இந்தக் கைராசி விஷயமும் – இந்தத் தடவை பிழைச்சுட்டே – மறுபடியும் இந்தப் பழக்கத்தைத் தொடங்கினாயானா நீ எங்கிட்ட வரவேண்டாம்னார் – அவர் அப்படி அறுத்துத்தான் பேசுவார். பழைய கால மனுஷர் – வாசல்லெ டாக்ஸிலெ என்னைக் கையைத் தாங்கி அழைச்சிண்டு போனதும் மாணிக்கம்தான் – இரண்டு நாள் கழிச்சுத்தான் அவன் கடைக்குப் போனான் – ஆனாப் பாரு நவீனா – என் நவீனா, நான் ஆனாப் பாருன்னு சொல்லணும். எல்லாம் ஆனாப் போனாக் கோனா மானாத்தான் – ஒரு வாரம் இரண்டு வாரம் ஆச்சு – கொஞ்சம் தேகத்திலே வலு வந்ததும் கால் தனியாக நாச்சப்பன் கடைக்குப் போனது – எந்த மாணிக்கம் என்னை ராப்பகலாக கண் முழிச்சுக் காப்பாத்தினானோ அவனே என்னைப் பார்த்ததும் – அவனுக்கு என்னைக் கண்டா ஒரு மரியாதை ஒரு பயம் – மறுபடியும் – அந்த வாண்டுப் பயல் சிட்டாப் பறந்தான் – என் ஒத்தை கோட்டு அவன் கையிலெ பளிச்சென்று ஒரு நாலணாத் துட்டு – நவீனா, நான் மறுபடியும் குடிக்க ஆரம்பிச்சேன் – என்னைக் கட்டினவ வேறே – அப்பா செத்தப்பறம் அம்மா என்று எழுந்தான் – இவ அவளை அப்புறப்படுத்தினாத்தான் – அப்பறம் கேக்கணுமா வீட்லெ என்ன கஷ்டம் வந்தாலும் அம்மாதான்.

காரணம் – அப்பறம்தான் உனக்குத் தெரியுமே – அவ தன் அம்மா வீட்டுக்குப் போனது. போன மாதிரித் திரும்பினது, அம்மா ரோட்லெ விழுந்து செத்தது – நவீனா குறும்புக்காரப் பிள்ளைங்க ஊசிலெ புழுவைக் குத்தி விளையாடற மாதிரி, ஆண்டவன் மனுஷனை ஆட்டங்காட்றான் – ஒரு நா ஆஸ்பத்திரியிலிருந்து நான் வந்து ஒரு நாலு மாசம் நடந்து போயிருக்கும் – மாணிக்கம் "அண்ணா"ன்னான் – பின்னெ அண்ணா தம்பின்னான் – பக்கத்திலெ ஒரு கடை வாக்கா வந்திருக்கு – 500 கேக்றான் ஒரு 100 சமாளிச்சுடுவேன். அண்ணன் ஒரு 400 கை மாத்தாத் தந்தா ஒரு பெரிய உதவியா யிருக்கும்னான் – நான் வைத்தியச் செலவுக்குன்னு ஒரு 1000

P.F.லிருந்து கடன் வாங்கினேன் – கையிலெ ஒரு 400 இருந்தது. கைமாத்துன்னு சொல்வான் – கையிலிருந்து போனா போனது தான் – ஒன்னும் சொல்லலெ – எப்ப வேணும்னு கேட்டேன் – அடுத்த புதன்லெ கிடைச்சா ரொம்பப் புண்யம்னான் – புண்யமாவது புண்ணாவது – இன்னொரு 500 P.F.லிருந்து எடுத்தேன். கொண்டு கொடுத்தேன். பின்னெ இங்கிருந்து கடன் வாங்கி அங்கெ குடுத்ததும் அங்கெயிருந்து இங்கெ கொடுத்ததும் போக ஒரு 300 தங்கியிருந்தது. மறுபடியும் கொடுத்தேன். அப்புறம்தான் தெரிஞ்சதே – தார் ரோட்டிலெ கார் ஓடிப் போற மாதிரி ஒழுங்காக் குடிச்சுண்டு வரேன்னு நிறுத்தினான். நவீனன் ஒன்னும் சொல்லலெ – என்ன சொல்ல ஓரொரு சமயம் சிவா, இதை நிறுத்தப்படதான்னா, அவனும் நவீனா நீ சொல்லாமலேயே நானும்தான் பார்க்கிறேன். ஆனால், கால் இங்கெதானே வர்றது. மூணுநாள் குடிக்காட்டா நாலாவது நாள் முதலும் வட்டியுமாக குடிக்கிறேன்னான். அப்படித்தான் எல்லாமே – ன்னா, ன்னா, ன்னானே!! இதெல்லாம் நடந்த பிறகு ஒரு மாதம் கழித்துச் சிவன் நவீனனிடம் நாளைக்கு மாணிக்கத்திற்குக் கல்யாணம். உனக்கும் பத்திரிகை கொடுத் திருக்கான் இந்தான்னான். என்ன நினைத்தானோ என்னவோ மீண்டும் சொன்னான். ஏன் என்னை அப்படிப் பார்க்கிறாய். நான் சொல்லாம இல்லெ – எனக்குத் தெரியாதா நான் படறது – நம்ப ரண்டு பேருக்கும் தெரியுமே. பீப்பாப் பாப்பாவோடேயும் பாப்பா பீப்பாவோடேயும் விளையாடறது – கண்ணாமூச்சி ரே ரே – காட்டு மூச்சி ரேரே இன்னொரு 300 கேட்டான். குடுத்தேன் – அதைப் பத்தில்லெ வேண்டாம்னு சொல்லிப் பார்த்தேன். யாரு கேக்கறது, ஆணுக்குப் பெண் வேணாம் – பெண்ணுக்கு ஆண் வேணாம். பின்னே கேக்கண்டாம் – ஒரு ஆடும் இன்னொரு ஆடும் சண்டை போட்டா இரண்டும் மண்டையைப் போட்டு டமார், டமார்ன்னு உடைக்குமாம் – அவனும் தெரிஞ்சுக்குவான். நவீனனுக்கு ஜெயகாந்தன் எழுதிய 'டெரிடில்' என்ற கதை ஞாபகம் வந்தது. மனிதன் துணை வேண்டுமென்று ஒரு துளையில் போய் மாட்டிக்கிறான். நவீனனும் அந்தக் கல்யாணத்துக்குப் போனான். அந்தக் கடைக்குப் பின்னால் தான் வீடு – அப்படி மோசமான வீடுமில்லை – நாலு பெரிய மனுஷா வந்திருந்தா – மாணிக்கம் நவீனனுக்குக் கடையிலிருந்து ஒரு Fanta வாங்கிக் கொடுத்து அதிதி உபசாரம் செய்தான்.

கல்யாணம் ஒரு வாரம் – ஒரு மாதம் கழிந்து ஒருநாள் மாணிக்கத்தைக் கடையில் காணவில்லை – கடைலெ அவன் பரிவாரங்களில் ஒருவன் – கேட்டதற்கு ஆஸ்பத்திரியில் என்று

சொன்னான் – சிவன் நவீனனிடம் வரயா என்றான் – நவீனன் இஷ்டமில்லாவிட்டாலும் சரின்னான் – இருவரும் போனார்கள் ஜெனரல் ஆஸ்பத்திரி – ஜெனரல் வார்ட் – நோயாளிகளுக்கு இடையில் நோயாளிகளில் ஒருவனாக மாணிக்கம் படுத்துக் கொண்டிருந்தான் – அவன் முகத்தில் களை இல்லை – இவனைக் கண்டதும் ஒரு மரியாதை கலந்த சிரிப்பு – இவனுக்கு என்னவோ செய்த சிவனும் அவனும் பேசாமல் இருந்தார்கள் – பிறகு பேசினார்கள். வெளியில் வந்ததும் சிவன் ஒன்றும் பேசவில்லை. பிறகு தனக்குள் பேசிக்கொள்வது மாதிரி சொன்னான் – அப்பவே வேண்டாமென்று சொன்னேன் – கேக்கலை – டாக்டர் சொல்றாராம் – அடிவயிற்றில் வலி – ரண சிகிச்சை வேண்டு மென்று – ஒரு வேளை ஆண்மை நசிச்சுப் போகலாமாம். எதுக்கும் டாக்டரைப் பார்க்கறேன் – வீட்லெ – நாளைக்கு வீடு தேடிப் போய்ப் பார்க்கணும் – உனக்குத்தான் தெரியுமே விஷயத்தைச் சொல்லிக் கையிலெயும் ஏதாவது கொடுக்கணும்.

இதன் பின் ஒரு வாரங் கழித்துச் சிவனும் நவீனனும் கடைக்குப் போனவுடன் மாணிக்கம் வரவில்லை என்று தெரிந்தது. இன்னும் ரண்டு நாள் கழித்துத்தான் ஆபரேஷன் விஷயம் நிச்சயிக்கப்படும் என்று தெரிந்தது – இவர்கள் இருவரும் ஜெனரல் ஆஸ்பத்திரிக்குப் போறபோது நடுவில் மாணிக்கத்தைப் பார்த்தார்கள் – நடந்து வந்துகொண்டிருந்தான் – சிவன் அவனைப் பார்க்க – கடை விஷயத்தையும் கவனிச்சுக் கணும் இல்லையா என்றான் – இந்தச் சம்பவத்தை நவீனனால் மறக்க முடியவில்லை – சிவன் ஒன்றும் சொல்லவில்லை.

ஒரு வாரங் கழித்து மாணிக்கம் மறுபடியும் கடையில் காணப்பட்டான் – அவனுக்கு டாக்டர் தந்த மாத்திரையிலேயே குணமாகிவிட்டது – அவன் சிவனிடம் சொல்லிக் கொண்டி ருந்தான். என்னவோ இப்படிப் போறாத வேளை – வந்தது வந்தது மாதிரியே போய்விட்டது – அண்ணனுக்கு வந்ததுக்கு மேலேயா என்று சொல்லிவிட்டு மணி 6 ஆற சமயமானதால் ஒரு ஊதுவத்தியைக் கடையில் இருந்த முருகன் படத்தில் முன்வைத்து வணங்கிவிட்டு தனது இருப்பிடத்தில் மீண்டும் உட்கார்ந்தான்.

சிவன் கையிலிருந்து ஒத்தை நோட்டு – அந்த வாண்டுப் பையனிடம் மாறியது – அவன் கையில் ஒரு நாலணாத் துட்டும் பளிச்சிட்டது. இருட்டில் சிவன் நடந்துபோகையில் நவீனனிடம், "நவீனா, நாயைக் கண்டு நீ பயந்து ஓடினாயோ அது உன்னைத்

துரத்தித் துரத்தி அடிக்கும் – ஏன் கடிக்கக்கூடச் செய்யும்" என்றான்.

நவீனன் தான் இங்கு எழுதியதை முடித்தான்.

அன்று ஹரிஹர சுப்ரமண்ய ஐயருக்கு வீட்டில் இருப்புக் கொள்ளவில்லை. இரண்டு நாட்களுக்கு முன் சுலோவுக்குச் சற்றுக் கூடுதலாகவே, அவளை அந்த நர்ஸிங் ஹோமிற்குக் கொண்டுவிடும்படி ஆகிவிட்டது. டாக்டர் ரகுநாதன் சொன்னதின் பேரில் கூடிப் போனால் இரண்டு அல்லது மூன்று நாட்கள் ஷாக் ட்ரீட்மெண்ட் (அதிர்ச்சி வைத்தியம்) வேண்டி வரும் – பிறகு திருப்பி அனுப்பிவிடலாம் என்று – இதற்கு முன்னாடியும் இவ்வாறு நடந்திருக்கிறது – அவள் போனபிறகு அவருக்குப் பொழுது இரை தின்னப் பாம்பு மாதிரி நகர மறுத்தது – நடுவில் நவீனன் ஞாபகம் வர, அவன் அங்கொன்றும் இங்கொன்றும் சொன்னதால், அவரே தேரையை ஒருமுறை பார்த்திருந்ததால், அன்று ஞாயிற்றுக் கிழமை என்றதால் என்னதான் நவீனனோடு பேசினாலும் பேசாவிட்டாலும், எங்குதான் போனாலும், என்னதான் செய்தாலும், ஏதோ ஒன்று இன்னும் தன் வாழ்வில் தனக்குள் குறைவாக இருக்கிறது என்று அவர் ஓரொரு சமயங்களில் உணராமல் இருந்தது இல்லை – சுலோ சொல்வாயே, மூக்கைப் பிடித்துக்கொண்டு உட்கார்ந்தாலும், நாக்கு கிடந்து அடிக்கிறது – உள்ளே ஒரு நாக்கு – வெளிலே ஒன்னு – இது ரண்டுக்கும் நடுவில் கிடந்த மனுஷன் படறபாடு – ஆராரோ ஆரிரரோ – ஹரி ஹர சுப்ரமண்ய ஐயர் திருவல்லிக்கேணியில் சி. சுப்ரமண்ய பாரதி வசித்து வந்த வீரராகவ முதலித் தெரு – இப்பொழுது நவீனன் சிநேகிதன் தேரை வசித்துவரும் – வீட்டை நோக்கிப் போய்க்கொண்டிருந்தார் – மனிதனுக்கு நடக்க வேண்டும் – ஐயர் மனக்குதிரை மீது ஏறிச் சவாரி செய்து கொண்டிருந்தார். பித்தன் சொன்னான் – ஐயர் படித்தவர்தான். நடப்பதனால் நடை தொடரும் – எந்த அர்த்தத்தில் – நிச்சயமாக நவீனன் வைக்கும் அர்த்தத்திலோ அல்லது அவன் உபதேச குரு கூறும் வியாக்கியானத்தின்படியோ நிச்சய – நிச்சயமாக இல்லை இல்லவே இல்லை – ஆனால், இவர்கள் சொல்வது மாதிரி ஆமை மாதிரி ஐந்தையும் உள்ளடக்கி, உள்ளே போனால் எல்லாமே போயிடுமே – முடங்கிக் கிடந்தால் எல்லாமே முடங்கி விடுமே. சுலோவை இரண்டு நாட்கள் கழித்து அழைத்து வரவேண்டும். அவள் பைத்தியத்தை விட என் பைத்தியம் அதிகம் – பித்தன் கதை சிற்பியின் நரகம் – பைலாரார்க்கஸ்

கூறுகிறான் அல்லது சாத்தான்தான் சாற்றுகிறான் – கொல்லிமலைப் பாவையில் அந்த ஒரு வளைவு – அந்த ஒரு லாவண்யத்திற்காக எங்கெல்லாம் போனேன் – எவ்வளவு காலம் காத்திருந்தேன் – அதைப்போல் சுசீலாவின் ஒவ்வொரு அசைவும் என்னைச் சலனப்படுத்துகிறது – சாத்தனைப் போல் எனக்கு நெற்றியில் பூசிக்கொள்ளத் தத்துவச் சாம்பல் இல்லை – நான் பூசிக்கொள்வது வெறும் சாம்பல்தான். யோசனை தூரம் என்கிறார்கள். அதாவது போகப் போகப் போகப் போய்க்கொண்டிருக்கும் பாதைகள் – தார் ரோட்டில் ஒரு கார் ஓடிற்று – நவீனன்தான் அடிக்கடி சொல்வான் – என்ன அர்த்தமோ – ஒரொரு சமயம் தன்னைப் பற்றித்தான் சொல்கிறானோ என்றுகூடத் தோன்றாமல் இல்லை – எதைச் சொன்னாலும், நல்லது ஆனாலும் கெட்டது ஆனாலும் தன்னைப் பற்றித்தான் என்று மனம் வியாக்கானிக்கிறது. இது டெக்கார்ட்டே விவகாரம் – தோண்டத் தோண்ட ஒரே சளியும் அழுகலுமாக வந்தது. 20ஆம் நூற்றாண்டின் பிரசித்தி பெற்ற உளநூல் சாஸ்திரி ஆனான் – ஏன் இல்லை. சக்கரம் திரும்பியது – வந்தான் ஐஸன்க். ஃபிராய்டு சொன்னது முக்காலும் பித்தலாட்டம்னான் – மறுபடியும் சக்கரம் திரும்பும் – என்ன திரும்பினாலும் சக்கரம் ஓடிக்கொண்டேதானிருக்கும் – அது ஓடாவிட்டால் எல்லாமே நின்றுவிடும் – சுலோ எப்ப வருமா? – இந்த நவீனன் ஒரு உதவாக்கரை எழுத்தாளன் – இவனைப் பற்றி இப்பொழுதுதான் ஒரு உண்மையான உணர்வு வந்திருக்கிறது – அந்த அயனான விமர்சகன் எழுதியிருந்தானே – இவனும் தானும் ஒரு எழுத்தாளன் என்று கன்னாப்பின்னா என்று எழுதுகிறான். இவனும் ஒரு எழுத்தாளனா என்று கேட்டிருந்தானே – அவன் வாய்லெ சர்க்கரை போடணும் – அவன் (நவீனன்) ஒரு தடவை ஒரு கவிதை எழுதியிருந்தான். என்னிடம் வாசித்துக் காண்பித்தான் – அவனுக்கு நான் வயசிலெ மூத்தவன் என்கிறதாலே நான் அறிவிலும் அப்படி என்று ஒரு அஞ்ஞானம் – எழுதியிருந்தான்.

வாசியைப்
போக்கி
உள்ளமென்று
ராஜன்
நடராஜன்
களிநடனம்
புரியக் கண்டு நின்றவன்
காணாமல் போனான்

என்று சொல்லடி
வாலைப் பெண்ணே!

எப்படியிருக்கும் விஷயம்? – இவனுக்குப் பைத்தியம் என்று சொல்லாமல் வேறு நிவர்த்தியில்லை – It is a terrible Jug என்று சொன்னது யார்? வேறு யார் – எனது அருமைச் சுலோவைத் தவிர வேறு யாராக இருக்க முடியும்? Jug Jug to dirty ears முன்னால் ஒரு அடி, பின்னால் ஒரு அடி – அடி அடியாகப் போனால் வெகுதூரம் போகலாம் – இது தெரியுமா நவீனனுக்கு – ச்சோ – ஏன் இப்படி நவீனனையே பின்பற்றிச் செல்கிறது இந்தப் பாழும் மனம் – ஊசிக் கொல்லையிலே – பாசிக் குளத்திலே – ஐயர் – நாலுபேருக்குத் தெரியாம – ஐயர் வெருட்டென்று அந்தப் பக்கம் பார்க்காமே போறார் – அவ சிரிக்கிறா – பேமானிப் பய – பயந்தடிச்சிண்டு ஓடறான் – ஒரு வேளை? – ஐயருக்குச் செத்துப் போன தன் பிதாவின் ஞாபகம் வந்தது – அவர் வாய் முணுமுணுத்தது – செத்துத் தொலைந்தவர்கள் எல்லாம் ஒரே அடியாகச் செத்துத் தொலையாமல் நம்மைப் பிதுரர்களாக இருந்து பிடுங்குகிறார்கள் என்று செத்த நினைவுகளின் விஷயம் என்னவென்றால் அவைகளுக்கு ஒரு தனி வீர்யம் இருக்கிறது – சுலோவுக்கு இரண்டு நாள் பைத்தியம் பிடிச்சா என்ன? – கண்ணாமூச்சி ரேரே, காட்டு மூச்சி ரேரே – கம்பனைப் போலவா இந்தப் புதுக்கவிஞர்கள், பரதேசிப் பயலுக எழுதறாங்க? – மாய மாயமான் ஆனான் – ஹரிபோல் – அதோப் பார் ஒரு மான் – ஹரிபோல் அது எவ்வளவு அழகாக இருக்கு – ஹரிபோல் அது எனக்கு வேணும். ஹரிபோல் ஓடறான் – திடீரென்று ஐயருக்கு விழிப்பு வந்தது – தானாவது சுசீலா சொன்னாளென்று எந்த மான் பின்னெயாவது ஓடுவதா? எல்லாம் கட்டுக்கதை – கம்பனுமில்லை கவிஞனுமில்லை – பின்னெ ஒரு மனுஷன் இப்படியெல்லாம் எழுதினா – இதைவிட இந்தப் பரதேசிப் பயங்க எழுதுவதே தேவலை – ஏனென்றால் நவீனனைப் பற்றி அந்த விமர்சக மேதை எழுதியது போல் இவர்கள் எழுதுவதும் எழுதாமல் இருப்பதும் ஒன்றுதான் – அவன் வாய்க்கு நிச்சய–நிச்சயமாச் சர்க்கரைதான் போடணும் – ஐயருக்குத் தாகம் எடுத்தது – மனிதனுக்கு ஏன் தாகம் எடுக்கிறது? அவன் ஏன் தூங்கறான்? அவன் ஏன் கொட்டக் கொட்டத் தூங்காமல் விழித்துக்கொண்டு இருக்கான்? சில சமயம் சுலோ கண்ணை இமைக்காமல் ஒண்ணையும் பார்க்காம – பாக்காத மாதிரி என்னைப் பாக்கறபோது எனக்குப் பயமாத்தான் இருக்கு – ன்னாலும் – இந்த ன்னாலும்தான் நம்மை எங்கெல்லாமோ இழுத்துண்டு போறது –

காட்டாத்துறைக்குப் போனால் கேசவமாதவனைப் பார்க்கலாம் – சிதம்பரத்துக்குப் போனால் நல்லசிவன் பிள்ளையைப் பார்க்கலாம் – பட்டணத்துக்குப் போனால் ராமநாதனைப் பார்க்கலாம் – இதெல்லாம் நானா பேசறேன். என் மூலம் அந்த நவீனன் பேசறான் – அவனைப் பாத்தாலும் பார்த்தேன். இந்த எழுத்துப் பைத்தியம் என்னையும் பிடிச்சுண்டது. அவன் ஆனா அம்மா சொல்றமாதிரிக் குழந்தையைத் துடையைக் கிள்ளித் தொட்டிலையும் ஆட்றமாதிரி – நீங்க எழுதறது நன்னாருக்கு – நன்னா இல்லை – எல்லாம் ன்னா ன்னா ன்னாத் தான் – எழுதினா நாலு பேர் வாசிக்கணும் – பத்துப் பேருக்குத் தெரியணும் – அந்தக் காலத்துக் கம்பன் போல இந்தக் காலத்து– என்ன? கம்பன்ங்கிற பேரே இந்தக் காலத்திலெ எடுக்காதே! ஹரிஹர ஐயருக்கு நடுவிலே ஒரு சந்தேகம் வந்துடுத்து – தான் குடிச்சு எவ்வளவு நாளாச்சுன்னு – அவருக்கு உடனே துக்கம் தொண்டையை அடைச்சது – ச்சோ எவ்வளவு நாள் குடிக்காம இருந்துட்டோமேன்னு – குடிக்கிறதலெதான் எத்தனை வகை. சிவனும்தான் குடிக்கிறான்; மடக் மடக்குன்னு – குப்பிலெயிருந்து கிளாஸிலெ ஊத்தறதுதான் ‘தாமசம்’ கிளாஸ் அடுத்த நிமிஷம் காலி! – நவீனன் நானும்தான் குடிக்கிறேன்னு – அவன் குடிக்கறதைப் பார்த்தா இவன் ஏன் குடிக்கிறான்னு – குடிக்கிறான்– இவனும் சிவன் போலத்தான் – குடிக்காம பாத்திண்டிருப்பான்– பின்னெ கஷாயம் குடிக்கிறமாதிரி ஒரே மூச்சிலே குடிக்கிறான். வேண்டாம் வேண்டாம்னு நிறையவே குடிக்கிறான் – தன்னைப் போல நிதானமா, ரஸிச்சு, கடிகாரம் ஓடறமாதிரி (நீங்கள் கடிகாரத்திலெ முள் அசையறதைப் பார்த்திருக்கேளா) யாரு குடிக்கிறா? குடிக்கிறதிலெயும் ஒரு ஸ்டைல் வேணும்; அப்பா பஞ்சாத்திரத்தையும் வைச்சுண்டு உத்தரிணி உத்திரிணியா ஜலத்தை வாரியிறைப்பார்; நான் உத்தரிணி உத்திரிணியா எவ்வளவு வேணுமானாலும் குடிப்பேன்; எல்லாத்திலெயும் ஒரு ஒழுங்கு வேணும்; சுலோ வயத்திலெ எப்பத்தான் பூச்சி பிடிக்குமோ; இல்லெ எப்பவும் காலியாத்தான் இருக்குமோ? சுலோ இப்ப என்ன செஞ்சிண்டிருப்பா? எனக்கு என்ன இல்லை, கார் இருக்கு; வீடு இருக்கு; பாங்கில் ரொக்கமாப் பணம் இருக்கு; எல்லாத்தையும் விடச் சுலோ இருக்கா; வீட்லெ ஸ்டாக்காக் குப்பியும் இருக்கு, ஆனால், மனதில் நிம்மதி இல்லை. நவீனன் ஒருமுறை கேட்டான். இவ்வளவுக்கும் மேலே நான் சொன்னேன் என்று ஏன் இப்படிப் புகுந்து எழுத்திலெ எதைத் தேடுகிறீர்கள்? அவன் கேக்கறான் சரி. அவர் சொன்னது ஞாபகம் வருகிறது – ஆபீஸிலெ உக்காந்து தினம் தவறாமல் மேல் பார்வை பாக்கறது, டெப்பாஸிட்டைக் கூட்டுவது, நாலு

பேரோடு நானும் ஒத்தனாப் போட்டோவிற்கு உட்கார்வது. குடிடா குடின்னு குடிக்கிறது – இதிலெல்லாம் ஒரு காலத்தில் அர்த்தமிருந்ததாகத் தோணித்து – சுலோவையும் பாத்துண்டு தான் இருக்கேன். அவ மாதிரி? சில சமயம் என்னையே விட்டுவிட்டு எங்கேயாவது போயிட்டா என்னன்னு தோன்றது. அப்ப நீ வந்து சேர்ந்தே. எப்பவுமே எழுத்தில் – எழுதாட்டாலும்– எழுத்திலெ ஒரு சொல்லத் தெரியலெ – என்னவோ இருந்தது. இப்ப இப்ப எழுதறபோது ஏதோ ஒரு ஆசுவாசம் – அதுகூடச் சில சமயம் ஏமாத்திடும் போலத் தோன்றது – ஏன் தெரியலை– அப்பா மாதிரி இருந்தா அப்பா மாதிரிப் போயிருக்கலாம் – அதுக்கும் மனசு இல்லை – இடையில் இடையிலெ மனுஷனுக்கு வேண்டியது – வீடு, பணம், பெண்டாட்டி, அந்தஸ்து – இதிலெல்லாம வேறெ என்ன இருக்குன்னுதோணாம இல்லெ– நவீனன் சொல்றதைப் பாத்தா எழுத்திலெ தோத்துண்டே இருக்கிறது என்கிறதே பெரிய காரியம்ங்கறான் – எந்த அர்த்தத்தி லென்னு தெரியலெ – அப்படி அவன் ஒன்னும், உண்மையைச் சொல்றதுன்னா, சொல்லும்படியா எழுதிட்டதாக எனக்குத் தெரியலெ – இது நான் சொன்னாலும் அவனுக்குப் புரியாது – பாவம் – என் சுலோவைப் போல அவனும் ஒரு பைத்தியம் – அவளைப் பத்தி நினைக்கிறப்போ வேடிக்கையாக இருக்கு – டெக்கார்ட்டேயைப் பத்தி ஜான் துரைசாமி சொன்னதைப் பத்திச் சொல்லிச் சொல்லி ஆனந்தப்படறா – இதிலெ என்ன இருக்குண்டுதான் எனக்குத் தெரியலை – ஒரு தடவை நான் நவீனனோடு இருந்தேன் – யாரோ ஒருத்தர் – கொஞ்சம் முக்கியஸ்தர்ன்னுகூடத் தோணித்து – அவர் நவீனனிடம் ரகசியமா என்னைப் பார்த்துவிட்டு, “இவர் யார்!”ண்டு கேட்டார் – அதே சமயம் வேறொருத்தன் தன் சகாவிடம் நவீனனைப் பத்தி, “அவன் யாருடா?”ன்னு கேட்டான். இதை எனக்கு நான் ஒசத்தியாவும் நவீனனைத் தாழ்த்தறதுக்கும் சொல்லலை. ஆக எனக்குத் தோன்றது – எழுத்திலெகூட – படிக்கிறவன், “இவர் யார்?”ண்டு தான் கேக்கணும். எந்தத் துறையிலும் இவன் இவர் ஆகணும் அவன் அவர் ஆகணும் – நவீனனுக்கு என்னதான் மனம் குழம்பினாலும் தேகம் – தேஹி விவகாரம் தெரிந்திருக்க நியாயமில்லை. தேஹி எல்லார் கிட்டெயும் இருக்கு. ஆனா இந்த தேஹம் இருக்கே அதன் விஷயம் வேறே – ஒரு தடவை நவீனன் என்னைக் கேட்டான். “நீங்க இப்படிக் குடிக்கிறேளே கள்ளுத்தண்ணிலெயே நீஞ்சி விளையாடறளே – உங்களுக்கு ஒன்னும் செய்றதில்லையா?”ன்னு. நான் உடனே, “நவீனா, என்னைப் பாரு”ன்னேன். அவனுக்குப் புரியலை. எழுத்தைப் பத்திக்கூட எனக்கு ஒரு அபிப்பிராயம்

உண்டு. காப்பிக் கொட்டையைப் புதுசா வாங்கி அப்ப அப்ப வறுத்துப் பொடியாக்கிக் காப்பி போட்டுக் குடிச்சா அதுக்கு ஒரு தனி ருசி. ரவா உப்புமான்னா அதிலெ நெய் தொங்க தொங்க இருக்கணும். அதெப் போலச் சாப்பாட்லெயும் பச்சடி கிச்சடின்னு நன்னா சாப்பிடணும். இப்படியெல்லாம் செய்தா நம்ப எழுத்துக்குக்கூட ஒரு தனி வலு வந்துடறது. நம்மைப் பாக்கறவனும் சொல்வான் இவரைப் போலவே இவர் எழுத்தும் நன்னாருக்குன்னு. ஆனா, நவீனன் எழுத்தும் அவனைப் போலத் தேஞ்சு மாஞ்சுத்தான் இருக்கு. ஒன்னுமே சொல்லப்படாதுன்னா கூடச் சொல்லாம இருக்கவும் முடியலெ. ஒரொரு சமயம் எனக்குத் தோன்றது – என் எழுத்துலெ இருக்கிற ஒரு – அது எதுன்னு சொல்ல வார்த்தை வரலை – அவன் எழுத்திலெ இல்லென்னு – இத்தனைக்கும் பாவம் அவன் வருஷக் கணக்கா எழுதிண்டிருக்கான் – இதை அவன்கிட்டச் சொல்லவும் சொன்னேன் – அவன் அதுக்கு – அப்படி இருந்தாச் சரிதான் என்றான் – எனக்கு அவன் என்ன சொன்னான்னு புரியலை – அவன் எழுத்தும் இப்படித்தான் எல்லாமே இப்படித்தான்னு வச்சுக்கோங்கோ – நவீனனைப் பற்றி இன்னொன்னுஞ் சொல்லணும்! எங்கெ போனாலும் ஆண்களிடம் என்பதைவிடப் பெண்களிடம்தான் பேசறான்; அதுவும் ஆண்களிடம் பேசுவதைப்போல்! அன்னிக்குக்கூட இவன் சுலோகிட்ட பெக்கெட்டையும் டெக்கார்ட்டேயையும் பத்தி என்னமோ உளறிண்டிருந்தான்! இத்தனைக்கும் இவனுக்குப் பெண்களைப் பத்தி என்ன தெரியும்? பெண்களிடம் எதைச் செய்ய வேண்டுமோ அதை அவன் இன்று வரையில் செய்ததில்லை என்பதை நான் எந்தக் கோவிலிலும் சத்தியம் செய்வேன்! இவனும் ஒரு மனிதன்! இவனும் ஒரு எழுத்தாளன்! நினைக்க நினைக்க எனக்கு இவனைப் பத்திச் சொன்னானே அந்த விமர்சகனைக் கோவிலில் வைத்துக் கும்பிடத்தான் தோன்றது. எல்லாம் எப்படி எப்படிப் போய்க்கொண்டிருக்கிறதோ அப்படி அப்படித்தான் போய்க்கொண்டிருக்கின்றோம். அப்பாவுக்கு அந்தக் காலத்தில் நான் காந்திக் கக்ஷியைச் சேர்ந்தவன் என்பதால் என்னிடம் ஒரு கசப்பு இருந்தது. ஆபீஸில் அஸிஸ்டன்டாகத்தான் இருந்தேன். முதலாவதாக ஒரு அஸோசியேஷயன் உருவானபோது என்னைத்தான் கூட இருந்தவர்கள் தேர்ந்தெடுத்தார்கள். என்னால் இந்த அஸோசியேஷனைச் சரியாக உருவாக்கவும் முடிந்தது. இதனாலேயே எனக்கு மேலதிகாரிகளிடமும் ஒரு முக்கியத்துவம் வந்தது. அப்பொழுது எனக்குப் பல விஷயம் புரிந்தது. இந்த அஸோசியேஷன், அந்த அஸோசியேஷன், இந்தக் கக்ஷி, அந்தக் கக்ஷி இதற்கெல்லாம்

பின் இருந்தது ஒரு பரவி வந்த அதிருப்தித்தன்மையும் ஒரு ஆதர்ச வேகமும்தான். இந்த ஆதர்ச வேகங்களினால் கக்ஷிகள் ஒன்று சேர்ந்தன. ஒரு கெட்டிக்காரத்தனமும், பிறகு எதையும் நான் கடைசி வரையில் கொண்டுபோகத் தயாரில்லை என்பதில்– இரண்டு – கக்ஷிகளும் தயாராக இல்லை – பிறகு நிலைமை சரியாக ஆனதும் கக்ஷிகள் ஒவ்வொன்றும் தன் சொந்தப் பலத்திற்காகப் புதிது புதிதாகப் பிரச்சனைகளைக் கிளப்பியதும் எனக்குப் பிரமோஷன் கிடைத்து நான் இருந்த அஸோசியே ஷனிலிருந்து ஆபீஸர் அஸோசியேஷனுக்கு மாறினதும் – இதில் எல்லாம் எது நியாயம் எது அநியாயம் என்று எனக்கு இன்று வரையில் சொல்லத் தெரியவில்லை. இடம் மாறுகிறபொழுது பார்வை மாறுகிறதா அல்லது விகுதியின் கவர்ச்சியிலிருந்து நாம் ஒரு பொழுதும் மாறவே முடியவில்லையா? இப்பொழுதெல்லாம் கக்ஷி மாத்திரமில்லை – வாழ்க்கையே, ஆபீஸ் ப்ரமோஷன், சுலோ, ஸேவியரில் உட்கார்ந்துகொண்டு குடிப்பது – என்றவற்றை யெல்லாம் தாண்டி நிற்கிறது. தெரியவில்லை. இந்தச் சமயத்தில்தான் நான் நவீனனைச் சந்தித்ததும் எழுத்தில் வந்து சேர்ந்ததும். ஆனால், இப்ப வந்து வந்து எழுத்துக்கூடக் கடைசி வார்த்தை என்று தோன்றவில்லை. அதே சமயம் எனக்கு அங்கே அங்கே போனாலும் இங்கே இங்கேதான் வந்துகொண்டிருக் கிறேனோ என்று ஒரு தடுமாற்றம். பல சமயங்களில் சுலோ சொல்வாளே, மூக்கைப் பிடித்துக்கொண்டு பூஜை அறையில் உட்கார்ந்துவிட்டால் மோக்ஷம் வந்துவிட்டதாக எண்ணுவது அறியாமை என்று பரிகாசம் செய்வாளே – அது சரியோ. ஒருவேளை அப்படி இருக்கக்கூடுமோ – என்று தோன்றாமல் இருந்ததுமில்லை. ஒரு தடவை நான் டைப்பாய்ட் வந்து கிடந்தேன் – இது நவீனனுக்குத் தெரியாது – நர்ஸிங் ஹோமில் இருந்தேன் – வீட்டிற்கு வந்தேன் – கண்ணாடியில் பார்த்தேன்– எப்படியிருந்தவன் எப்படி ஆய்விட்டேன் – என் தேகம் உடைந்து விட்டது – அப்பொழுதுகூடத் தேகம் போனது தெரிந்ததே தவிர தேஹியைக் காணவில்லை – மறுபடியும் தேகம் சரியாகிவிட்டது – எனக்கு அதில் ஒரு திருப்தி – சுலோ எப்பவும் பார்க்க அழகா இருந்தாள் – இன்னொரு வீடு கட்டினாத் தேவலை என்று தோணித்து – செய்ய வேண்டியதையெல்லாம் செஞ்சேன். செமன்டுக்கு மனு, கடனுக்கு மனு, இன்ஷூரன்ஸ் ஆபீஸிற்கு நடந்தது, வீடு கட்றபோது மேல் பார்வை பார்த்தது – எல்லாம் ஞாபகம் இருக்கு. ஆபீஸிலெ கீழே இருக்கறவன் ஒருத்தனும் சரியா வேலை செய்யமாட்டான் – அலக்ஷிய மாத்தான் இருப்பான் – வரவேண்டிய சமயத்திற்கு வர மாட்டான் – நினைச்சபடி வருவான்கள் போவான்கள் – ஒரு பேர் இருக்கிற இடத்திலெ ஒன்பது பேர் சட்டம் திட்டம் –

சட்டப்படி நடவடிக்கை எடுக்கப்போனா எடுக்கப்போன வனுக்கு நல்ல பாடம் – ஒருத்தன் – அவன் பேர்கூட மறந்து போச்சு – எடுத்தெறிஞ்சுதான் பேசுவான் – நான் இருக்க வேண்டிய இடத்தில் நீ இருக்கிறே என்பது மாதிரி போச்சு – அவனோடெ சண்டை பிடிச்சுக்கவும் முடியாது – காதிலெ காது வச்ச மாதிரிதான் வேலை செஞ்சேன் – ஜி.எம். கிட்டப் போய் ஒரு வார்த்தை சொன்னேன். அவனை இங்கேயிருந்து மாத்தினது வந்தவனைப் பாத்தாப் போனவன் தேவலைன்னு ஆயிடுத்துண்ணு மரியாதைக்குக் குறைவு ஒன்னுமில்லை. பெரிய இடத்துப் பையன். தையல்காரன் கடைலெ ஃபாஷன் ப்ளேட் மாதிரி இருப்பான். வேலைதான் செய்யமாட்டான் – நமக்கு வந்து வாச்சுது – இதுக்கு நடுவிலெ சுலோ – எனக்குத் தோன்றது சில சமயம் இந்தக் காலே அரைக்கால், அரைக்கால் பைத்தியங்களைவிட இந்த முழுப் பைத்தியங்கள் எவ்வளவோ தேவலை – உங்களுக்கு ஒரு ஸாம்பிள். “ஹரிபோல் போன வசை மைசூருக்குத் தசராவுக்குப் போனபோதுதானே எனக்கு மஞ்சக்காமாலை வந்து கிடவாக் கிடந்தேன்.” “ஹரிபோல் நேத்தி ராத்திரி ஒரு திருடன் வந்து என் மென்னியைப் பிடிச்சு நெருக்கறான். அவனைக் கடிச்சுவிட்டு நான் உன்னைக் கூப்பிடக் கூப்பிட நீ பாட்லெ அசந்து தூங்கிண்டிருக்கே” – “ஹரிபோல் நாளைக்கு அமெரிக்காவிலிருந்து என் தம்பி வரென்டு தந்தி வந்திருக்கு.” இதில் விஷயம் என்னவென்றால், நானும் அவளும் மைசூருக்குப் போனதே இல்லை; அவளுக்கு மஞ்சக் காமாலையும் வந்ததில்லை – திருடனும் வரவில்லை – அவ கத்தவும் இல்லை – அவளுக்குத் தம்பியுமில்லை – அவன் அமெரிக்காவிலிருந்து வரவுமில்லை – ஆனா அவ சொல்றதைப் பாத்தா அப்படியே நம்பும்படித்தான் பேசுவா – அவகிட்ட நானும், “அப்படியா, அப்படியா”ன்னு கேட்டின்டிருப்பேன். டாக்டர்கிட்டப் போய்ச் சொன்னா ஏதாவது மாத்திரை கொடுப்பார். ஆனா ஒன்னு; அவளுக்கு மருந்துன்னாப் பரம நம்பிக்கை. மாத்திரையை முழுங்கிட்டு நாள்பூரா மயங்கிக் கிடப்பா – சரி. தேரை இருக்கட்டும். நான் போற இடத்துக்குப் போறேன் என்று அவர் ஸேவியர் ரெஸ்ட்ரான்ட் நோக்கிப் போனார். தெருவில் ஒரு பழக் கடையின் அருகில் ஒரு பெண் நாய் பெற்று, தன் முலைகள் லாலி பீலி என்று தொங்க அதைச் சுற்றி நாலைஞ்சு நாய்க் குட்டிகள் வளைய வந்துகொண்டி ருந்தன. ஐயர் உள்ளே போய், “பாய்” என்றார். அவன் வந்து, “என்ன?” என்றான். அவர், “ஒரு ஆம்லெட், அரை பாட்டில் டிப்ளோமாட்” என்று அவன் வரவைக் காத்துக்கொண்டி ருந்தார்.

நவீனன் தன் அறையின் ஜன்னல் அருகில் நின்று கொண்டிருந்தான். இரவின் இருட்டுச் சிதறிச் சிதறிக் காலை வெளிச்சம் மெதுவாக எங்கும் பரவிக்கொண்டிருந்தது. 6 அல்லது 6:30 மணி இருக்கும். அவன் உள்ளில் கொஞ்ச காலமாக இடைவிடாமல் ஒரு அயர்வு ஓடிக்கொண்டிருந்தது. இந்த நாவலை எழுதுவதும் அவனுக்கு ஒரு அனுபவமாகவே இருந்தது. திடீரென்று ஒருநாள் எதிர்பாராத விதத்தில் இந்த நாவலை எழுதினான் – தானாகவும் பாத்திரமாகவும், எழுத்தாகவும் இழுத்துச் செல்லும் ஒரு வேகத்தின் உபாதி யாகவும், கண்டதையும் காணாததையும் பார்த்த மனிதர்களையும் பார்க்காத தெய்வங்களையும், கிடைத்த அனுபவங்களையும் தனியாக வந்து சேர்ந்த ஞானங்களையும் அதையும் இதையும் எதை எழுதுகின்றோம் என்று தெரியாமலேயே எதை எதையெல்லாமோ எழுதிக்கொண்டிருந்தான். மெல்ல வெயிலின் சூடு ஏறிக்கொண்டிருந்தது. சாலையில் ஒரு நாய். பெண். ஒரு நாய் பார்த்துக்கொண்டு ஒரு ஓரத்தில் – அதைப் பார்த்ததும் பெண் நாய் சற்று வேகமாக விரைந்துகொண்டிருந்தது. அதை ஜல்தியாக இன்னொரு நாய் பின்பற்றிக்கொண்டிருந்தது – பிறகு நடப்பது நடந்தது. இந்த நாய் சற்று நேரம் இருந்துவிட்டு (நவீனனுக்கு ஆச்சரியமாகவே இருந்தது) நேர் எதிர்த் திசையில் சாவதானமாகப் போனது. நவீனனுக்கு ஏதோ ஞாபகம் – பனியன் மீது தூசி – அதைத் தன் ஆள்காட்டி விரலையும் கட்டை விரலையும் சேர்த்துப் பிடித்து அதைத் தட்டி எறிந்தான் – ஜன கன மண – அதிகாய்கே – ஹரிஹர சுப்ரமண்ய ஐயரின் தேகம் – எப்படிப்பட்ட தேகம் – எப்படி ஆடிவிட்டது – அன்று ஸேவியரில் அவர் தனது பாரியான தேகத்தை அழுத்தமாக வைத்துக்கொண்டு கால்களை அழுத்திக்கொண்டு அவர் சென்றது ஜான் – துரைசாமி – யார் இவர் – ஆர் ஆரோ ஆரிரரோ – வந்தது கண்டேன் – போனதும் மறைந்தான் வந்தான் காண் – வந்தது போல் போனான் காண் – இடது கையில் விசித்திரங்களை ஒரு சீட்டுக் கட்டைப்போல் விசிறியாக விரித்துக்கொண்டு, ஒவ்வொரு சமயத்திலும் ஒரு சீட்டைத் தெரிந்தெடுத்து விசுறுவது – களத்தில் – தான் இந்த எழுத்து என்ற விளையாட்டும்? யார் கையில் துருப்புச் சீட்டு இருக்கிறது? எப்பொழுதுமே இருக்கிறதா? அந்த அமெரிக்கக் கவிஞன் சொன்ன மாதிரி என் கையில் அதிர்ஷ்டம் இருக்கிறபொழுது எழுத்துத் தனியாகக் களை கட்டுகிறதா? அவர் அழுத்தமாக நடக்கின்றார் – அப்பொழுதுதான் அவர் புல்டாக் போல் இருக்கின்றார் என்று அவனுக்குத் தோன்றியது. அவன் தெரி யாமலேயே தெரிந்ததை எழுதிவிட்டான் – இதுதான் கலையின்

போக்கு – நான் எழுதுகிறேன் என்பது இல்லை – நண்பா, உனக்கு இது தெரியுமா? – எழுத்து என் மூலமாகத்தான் எழுதுகிறது! அவனுக்கு எங்கேயோ வாசித்த ஞாபகம் – புல்டாக் இங்கிலாந்தில் உள்ளது – கரடியைக் கட்டிவைத்து அதை இம்சிக்க இதை ஏவிவிட்டு விளையாட்டுப் பார்த்தார்கள் ஜனங்கள் அந்தக் காலத்தில். ஆனால், இப்பொழுது இப் பொழுது விஷயம் வேறு. இப்பொழுது என்று சொல்வானேன்– பார்வைக்குத்தான் இந்தப் புல்டாக் பயமாக இருந்தது – அதன் முகம் – சதையை அப்பி வைத்து ஒரு குத்துவிட்ட மாதிரி – சப்பை மூக்கு – உருண்டைக் கண்கள் – பளபளவென்று – ஆனால், எவ்வளவு சிநேகபாவமான சுபாவம் – மிகப் பொருத்தம்– அந்தத் திடமான தேகத்தில் சிநேகபாவம் நிறைந்த ஒரு இதயம்– லளிதமான உணர்ச்சிகள் மீண்டும் அவன் ஹிருதயம் வேக வேகமாக அசைந்தது – ஏக சித்தம் என்ற ஒரு குதிரை – அதன் மீதேறி ஒரு சவாரி – ஒரு ஜில் குதிரை – அதில் ஒரு ஜாலி லைட் ரைட் – உள்ளமென்ற ஒரு ஊசி முனை – அதில் ராஜன் நடராஜன் திருநடனம் – ஊசிக்கொல்லையிலே பாசிக் குளத்திலே – மேட்டுத் தெரு நீள நீளமாகக் கண் எட்டாதவரை வளைந்து வளைந்து செல்கிறது – நிழலாக மறையும் உருவங்கள் – சுசீலா – ஸ்வப்ன வாசவதத்தை – அவள் நிழல் போன்ற உருவை ஆள்காட்டி விரலையும் கட்டை விரலையும் சேர்த்துத் தூசியைத் தட்டி எறிவதுபோல் தட்டி எறிந்துவிட்டுத்தான் திசை மாறிச் செல்வதைப் போன்ற ஒரு பிரமை – எழுத்து ஒரு ரஸவாதம் – ஒரு இந்திர ஜாலம் – ஒரு ஜாலம் – வேறு எங்கேயோ படித்த ஞாபகம் – நாய்களில் 112 வகைகள் உண்டு என்று – போதுமா? விர்ரென்று ஒரு வேகம் – ஜில் என்று ஒரு காற்று – போன போன போன இடங்கள் – இவர்கள் முதலாவதாக நாய்களைப் பற்றி எழுதுவது மனிதனுடன் மிகவும் இணக்கமாகப் போகும் ஜந்துக்களில் நம்பர் ஒன் – ஒரு அசல் கோம்பை – எலும்பும் தோலுமாக – குறவன் – குறத்தி – கோழி, ஸ்படிகம், பவளம், கம்பளி காடை, கவுதாரி – குறவனைக் கண்டால், குறத்தியைக் கண்டால் அடுத்து, "அடே நானும் உண்டு" என்று ஒரு கோம்பை– அண்ணா கையில் இருந்தா ஒரு முன்னூறு கைமாத்தா – ரெண்டு மணிக்குத் தூக்கத்திலிருந்து அசப்பில் எழுந்தாலும் மாணிக்கம் – வீட்டுக்கு ஓடறது. கையைப் பிடிச்சு அழைத்துக் கொண்டு போறது – எல்லாம் அவன்தான் – மாணிக்க வண்ணம் மரகத ஜோதி – நாயானால் நான்தான் என்றால் என்ன – அன்பு நிறைந்த உள்ளம் – அடங்காத ஆசைகள் – பெண் நாயைத் துரத்திக்கொண்டு நடப்பது நடக்கிறது. ஒன்றில் ஒன்று மாட்டிக்கொண்டு– பின் சக்கரங்கள் உருள்கின்றன. தார்ரோடில்

கார் ஓடிப்போயிற்று, பெட்ரோல் நாற்றம் என்ஜின் சூடு – நவீனன் தன்னுள் சிவன் வீட்டுக்கு நடந்து நடந்து மிலிட்டிரி குவார்ட்டர்ஸ் வழியாக – நடந்து செல்வதைவிடக் கடினமாக இருக்கிறது – இருந்தாலும் – ன்னா ன்னா ன்னானே! பீப்பாவுக்கு ஒரு பாப்பா வேணும் – ஆனால், பாப்பாவுக்கோ பைத்தியம்! நந்தவனத்திலே ஒரு ஆண்டி – நாலாறு மாதம் வேண்டிப் பெற்றான் – ஒரு தோண்டி – அதைப் போட்டுப் போட்டுக் – கூத்தாடி உடைத்தாண்டி! – எப்படியிருக்கு விஷயம் – தேரை வீட்டுக்குப் புறப்படுவதாக வீட்டை விட்டிறங்கி சுற்றிச் சுற்றிச் சுழி மாறிச் செல்லும் வேகத்தில் கடைசியில் ஹரிஹர சுப்ரமண்ய ஐயர் சேவியர் ரெஸ்ட்ராண்டில் உட்கார்ந்துகொண்டு, "பாய், ஒரு 1/2 பாட்டில் டிப்ளோமாட்" என்று ஆர்டர் கொடுத்துவிட்டு அது வருவதற்குக் காத்துக்கொண்டிருந்தார்! "நீங்கள் டெக்கார்ட்டே படித்திருக்கிறீர்களா?" சுலோ நவீனனிடம் கேட்ட கேள்வி – ஜே. கெ. சொன்னது – நடுவில் ஒரு மையம் – அதைச் சுற்றிச் சுற்றிச் சுழலும் வட்டம் அதை எகிறிப் போகாது – இதை அடிக்கடி தேரை சொல்வான் – இதைக் கேட்டால் ஹரிஹர சுப்ரமண்ய ஐயர் சொல்வார் – இவன்லாம் எழுதறதெல்லாம் இவன்களுக்குத்தான் புரியும் – சச்சிதானந்தம் பிள்ளையென்றால்– "சிவோஹம், சிவோஹம்" என்று ஓடுவார். யார் இந்தச் சங்கர சுப்ரமண்ய ஐயர்? ஐந்தில் மூன்றைக் கழித்தால் எத்தனை? அவரிடமிருந்து வரும் விடை – யார் இந்தக் கணக்கைப் போட்டா, யாரிடம் பாக்கி ரண்டு மிஞ்சினது என்பதுதான்? நவீனன் நினைவின் பாதையில் நடந்துகொண்டிருந்தான் – தார்ரோடில் ஒரு கார் ஓடிற்று. அதனுள்ளிருந்து ஒரு நாய் ஜம் என்று தன் தலையை எட்டிப் பார்த்தது – அவன் சங்கர சுப்ரமண்யம் வீட்டிற்குச் சென்ற ஞாபகம் வந்தது – அவன் சொன்னது அவனுக்கே ஞாபகம் வந்தது. ஒரு கணம் மறதி – ஒரு கணம் விழிப்பு – ஏனென்றால் இப்பொழுது அவனுக்கு ஞாபகம் வந்தது – தேரை சொன்னதைத் தான் சொன்னதாக நினைவு பிளேட்டைத் திருப்புகிறது. இது ஏன்? அது எப்படியாகவோ போகட்டும்? யார் சொன்னால் என்ன? அவன் சொன்னது – சிந்தனை என்பதே ஒரு வியாதி; சில விஷயங்கள் மனதில் தங்குகின்றன – சில விஷயங்கள் மனதில் இருந்து மறைந்து விடுகின்றன – ஏன் என்று சொன்னக்கால் ஏனேயாம்! சங்கர சுப்ரமண்ய ஐயர் வீட்டின் வரவேற்பறை – மேஜை மீது அழுத்தமான ஒரு கண்ணாடிச் சதுரம் – அதன் அடியில் பரமஹம்ஸரின் 'பிச்சைக்கார' உருவம்! – முதல் நினைவு – தேரையே – உனக்கு ஒரு நமஸ்காரம்! பிறகு – வரவேற்பறை அது சரி – சங்கர சுப்ரமண்யத்தைப் பற்றியவரை – இயக்கங்கள்

இயங்கிக்கொண்டிருப்பதே அவரைப் பற்றியவரை ஒரு இருக்க வேண்டிய தகுதிகளில் ஒன்று – நவீனனா – சரி – இலக்கியம் என்ற ஒரு இயக்கம் – இயக்கங்கள் தன்னைச் சுற்றினால் அதில் ஒரு 'இது' – 'இது' எதுவோ? வரவேற்பறையில் ஒரு ஸாம்பிள் ஷூட் – புடவைக் கடையில் இருந்து – நவீனன் கண்ணை ஓட்டினான் – ஒரு தடவை ஒரு இலக்கியப் பத்திரிகையை அவனிடமிருந்து வாங்கிக்கொண்டு போயிருந்தார் – அடுத்த முறை அவனைப் பார்த்தபோது அப்பத்திரிகையைக் கேட்டபோது மிகவும் சாதாரணமாகக் குப்பைத் தொட்டியில் கிடந்திருக்கும் – வேலைக்காரி வெளியே அந்தக் குப்பையைக் கொட்டியிருப்பாள் என்றார் – அவர் ஏன் அப்படிச் சொன்னார்? அலக்ஷியம். சுய – இயலாமை, விவேகத்தின் மூலம் உருவான சுபாவம் – நீ என்னைப் பார்த்தாலும் நீதான் பார்க்கிறாய்; நான் பார்க்கப்படுகிறேன் என்பது மாத்திரம் – இவன் – அவர் – அதாவது, நவீனன் – சங்கர சுப்ரமண்யனுக்குக் கதையில் கதை இருக்க வேண்டும். கவிதையில் யாப்பும் அர்த்தமும் வேண்டும், தன்னால் படிக்கும்படி இருக்கவேண்டும் – இப்படியாக இப்படியாக – எனக்குச் சில விஷயங்கள் தெரியுமாதலால் எந்த விஷயம் எனக்குத் தெரியவில்லையோ அது விஷயமே இல்லை! அப்படித்தானா அல்லது இப்படித்தானா – ஆனால், சொல்ல வந்தது அது இல்லையே – சொல்லலாமா சொல்ல வேண்டாமா என்று நவீனனுக்குத் தோன்றியது. ஏனென்றால் அவனுக்கு எழுதுவது என்பதே எதை எழுதாமல் விட்டோம் என்பதைக் காண்பிப்பதற்கே, பேசுவது என்பதே பேசாததைப் பற்றிப் பேசுவதற்கே, அந்தக் கவிஞன் சொன்ன மாதிரி நக்ஷத்திரங் களைவிட இருளின் பாஷை, இருண்ட அனுஷ்டானங்கள், அந்த ஸாம்பிள் ஷீட்டைப் புரட்டினான் – அதில் சின்னச் சின்னச் சதுரங்களாக ஸில்க் ஸாம்பிள்கள் ஒட்டப்பட்டிருந்தன. வெள்ளை, பழுப்புவெள்ளை, இலைப்பச்சை, கறுப்பு (காப்பிக் கொட்டை வறுத்த நிறம்) சிலேட்டுச் சாம்பல், வெளிறிய ப்ரௌன், இலேசான ப்ரௌன், தவிடு, கருஞ் சிவப்பு, வெள்ளிச் சாம்பல், சாம்பல் நீலம், காக்கிப் பச்சை. சாம்பல் மயில் நீலம், கறுப்பு நீலம், இரும்புச் சாம்பல், கறுப்பு, அசட்டுக் கறுப்பு. ஊதா, வெளிறிய ஊதா, ரத்தச் சிவப்பு, மிளகாய்ச் சிவப்பு, சிவப்புப் பழுப்பு, அரக்குச் சிவப்பு, கறுப்புச் சிவப்பு, பாக்கு நிறம், கரும்புள்ளி, பச்சைக் கறுப்பு, ஆகாய நீலம், லேசான வைர நீலம், கறுப்புக் காக்கி, சுமாரான காக்கி, அமைதியான காக்கி, வெளிறிய பழுப்பு, துருப்பழுப்பு, துருப்பழுப்புக் கறுப்பு, வெள்ளைச் சிவப்பு, கறுப்பு ஊதா, ஆழ்ந்த நீலம், காப்பி ப்ரௌன், வெல்வெட், காப்பிப் பச்சை எவ்வளவு நிற பேதங்கள்–

என்றாலும் ஒரு இலக்கியப் பத்திரிகைக் குப்பைக் கூடையில் – என்ன சொல்லி என்ன? அந்தப் பருப்பு, இந்தத் தண்ணியிலெ வேகாது! அம்மா அடிக்கடி சொல்வாள் – கதை கதையாம் – கதைக்கு ஒரு காரணமாம் – காரணத்திற்கு ஒரு தோரணமாம் – நவீனன் தம்பி சமீபகாலமாக ஒரு நாயை வளர்த்து வந்தான் – இவன் வீடும் அவன் வீடும் ஒரே காம்பௌண்டில்தான் – அதிலும் ஒரு சௌகரியம் – ஏனென்றால் யாராவது பழக்கமில்லாதவர்கள் வந்தால் அவர்கள் வரும்பொழுதே இது குரைக்க ஆரம்பித்துவிடும். மறுபடியும் இதைப்பற்றி – அதாவது நாய்களைப் பற்றி படித்ததில் இதைப் படித்ததும் அவன் ஞாபகத்திற்கு வந்தது. காலடி சப்தத்தைக் கேட்டாலே அது குரைத்துவிடும் – மாத்திரமில்லை. எந்தத் திசையிலிருந்து காலடி ஓசை வரும் – வருகிறது என்பதும் அதுக்குத் தெரியும். நாய்களில்தான் எவ்வளவு விதம். அவைகளின் கலர்ப் படங் களை அவன் பார்த்திருக்கிறான். அவைகளில் சிலவற்றைப் பார்த்தால் நமக்கு அவை நாய்கள் என்றே தோன்றாது – எலிக்குஞ்சு போன்ற நாய், உயரமான நாய், குள்ளமாய் நாய், தாட்டியான நாய், 'பையில்' போட்டுக்கொள்ளும்படியான குட்டி நாய், குச்சி நாய், கோம்பை நாய். வேட்டை நாய், முயல் போன்ற நாய், சிங்கம் போன்ற நாய். அவனுக்குத் திருவல்லிக் கேணியில் வீரராகவ முதலித் தெருவில் வசித்து வந்த சி. சுப்ரமண்ய பாரதி பூனைகளைப் பற்றி எழுதிய ஒரு கவிதையில் ஒரு பகுதி ஞாபகம் வந்தது – தேரையைக் கேட்டால் சொல்வான் – விகுதியின் விசித்திரங்கள் பகுதியின் அம்சங்கள். மாணிக்கம், நாச்சப்பன், ஐயர், சுலோ, சிவன், ஜான் துரைசாமி, நவீனன், கேசவமாதவன், நல்ல சிவன் பிள்ளை, ராமநாதன், எங்கள் வீட்டு வெங்கட்ராமன். கல்போதே, தேரை, – சும்மா இருந்தால் தெம்மாங்கு பாடலாம் – இவன் எழுதியிருந்தான் நவீனனை ஏன் ஒரு நாய் என்று சொல்லக்கூடாது. இதைப் படித்துவிட்டுச் சிவன் சிரித்தான். சொன்னான் – பார், நவீனா, பார்; நவீனா பார், பார்; பார், பார், நவீனா; நாய்கள் உலகம் – அதைப் பற்றி உனக்கு என்ன தெரியும், நவீனா தயவு செய்து நான் குடித்துவிட்டுப் பேசுகிறேனோ என்று நினைக்காதே – நீயே ஒரு இடத்தில் எழுதிய மாதிரி கவிஞன் எப்பொழுதுமே போதையில்தான் இருக்கிறான் – நாய்க்குத் தோல்மீது புசுபுசுவென்று ரோமங்கள் – எனவே ஸ்பர்ச உணர்வு குறைவு – ஆனால், அதன் காது கூர்மையாகவே வேலை செய்கிறது. நுண்ணிய ஓசை அலைகளை வெகு சீக்கிரத்தில் கிரகித்துக் கொள்கிறது. அதற்கு இதைப்போலவே வாசனையின் வகை – பேதங்கள் விவித வெளிப்பாடுகளைப் பற்றியும் ஒரு கூரிய

உணர்வு உண்டு. ஆனால், அதற்குப் பார்வை – உலகம் பின் சென்று விடுகிறது. வர்ணங்களைப் பிரித்தறியும் சக்தி அதற்கு இல்லை, என்றாலும் என்ன? நவீனா, என்றாலும் என்ன? நவீனா! என் கவிதையில் கண்களைக் கூசவைக்கும் படிமம் இல்லையா? அதனால் என்ன? நவீனா, ஏ நவீனா, ஏ ஏ நவீனா, ஓஓஓ நவீனா, நான் ஒரு கவிஞன் – நான் ஒரு நாய் – தார் ரோடில் ஒரு கார் ஓடிற்று – புதுவையில் ஒரு, "வேடர் வாராத விருந்துத் திருநாளில் சி. சுப்ரமண்ய பாரதி தன் வீட்டின் வெளிமுற்றத்தில் ஒரு சீதளத் தணுப்பினால் வெயில் சூட்டை அனுபவித்துக்கொண்டு தன்னுள் ஆழ்ந்துகொண்டு பாடினான் – பிதற்றினான்!"

கேளும் மானிடரே!

நாயென்று சொல்லி நகர்ந்து விடுவீர்; நாலு சாஸ்திரம்; ஆறு வேதங்கள் எழுத்தின் சக்தி; கன்றுக் குட்டித் துள்ளிப் பாய்வது எழுத்தின் கட்டற்ற வேகம்; நாய்தான் என்றால் என்ன? காக்கை குருவி எங்கள் ஜாதி என்று பாடினவன்தானே நான். நாயென்றால் மோசமா? ஓடுவதைத் துரத்தும் நாய் அதைப் போல் மனிதனுக்கு வேறு ஆப்த நண்பன் ஏதடா இந்த உலகில் நாயென்று சொன்னால் – வர்ண பேதங்கள், சிற்ப சௌந்தரியங்கள் சக்திப் பிரளயம் – காவல் செய்யும் தெய்வம் – சப்த நுணுக்கங்களில் சஞ்சரிக்கும் ஒரு கிரியா சக்தி, மோப்பம் என்ற ஒரு ஞானம்; மனிதனைக் கடைசிவரை தொடரும் ஒரு அனுபூதி; கடைசியாகக் – கடைசியில் அவன் கண்டு வெருண்டு அமைதி அடையும் ஒரு பிரத்யக்ஷ ரூபம்; ஓம் தத்ஸத் இது பாரதி. வாள் வாள் என்று பிறந்த குழந்தை கத்துகிறது. கிரீச் கிரீச் என்று நாய்க்குட்டி குரைக்கிறது. நவீனன் எழுத்தைத் துரத்திக்கொண்டு ஓடுகிறான். ஓட ஓட ஓட ஓட்டம் தொடர் கிறது. ன்னா, ன்னா, ன்னானே! நண்பா, இதுதான் நான் நாய்களைப் பற்றி எழுதும் இந்நாவலின் கடைசி அத்தியாயம், அதுவரையில், இந்த நாவலின் இறுதி வரை நீ என்னுடன் வர வேண்டும். நான் எழுதிய மாதிரி, நீ எடுத்துக் காட்டிய மாதிரி, நீ என் உள்ளத்தில் பிணைந்த நண்பன்தான். நீ என் எதிரி என்ற நீயே நீ என் நண்பன்தான்; நண்பா, நம் எதிரிகள்தான் நம் நண்பர்கள்; நமது பிரதிகூலங்கள்தான் நம் அனுகூலங்கள்; சுருக்கமாகச் சொன்னால் உன்னால்தான் – உனக்காகத்தான் நான் இந்த நாவலை எழுதுகிறேன். கை வீசம்மா – கை வீசு – கடைக்குப் போகலாம் கை வீசு – மிட்டாய் வாங்கித் தருகிறேன் கைவீசு!! நண்பா, நான் ஒரு கடை வைத்திருக்கிறேன்; வார்த்தைகள் என் வியாபார சாதனங்கள்; எழுத்துத்தான் என்

சடை; வார்த்தைகளைத் தாண்டுவதுதான் என் நோக்கம்; கடையை மூடுவதுதான் எனக்கு அபார லாபம்; நாலு கால் சார்; ஒரு வால் சார்; "லொள் லொள்" ஸார்; என் பேர், நாய் ஸார்!!! நண்பா நாம் என்னவெல்லாமோ நினைத்துக் கொண்டிருக்கிறோம்; பார், பார், பட்டணம் பார், நாச்சப்பன், மாணிக்கம், சிவன், ஐயர், சுலோ, கேசவமாதவன், நான், நீ – தேரையைத் தவிர – எல்லாரும் எல்லாரும் நண்பா உள்ளதால், உள்ளத்தின் எல்லையற்ற போக்கினால் உடைந்தவர்கள். முதுகெலும்புடையவன் என்று ஒரு மனிதனை உயர்த்திப் பேசுகிறோம். ஆனால், நண்பா முதுகெலும்பு நீண்டு வளர்ந்தால் விஷயம் வேறு. உனக்குத் தெரியுமா நண்பா, நாயின் முதுகெலும்பு வளர்ந்து வாலாக ரூபமெடுக்கிறது!!! ஆனாலும் நண்பா, மனிதனும் – பல சந்தர்ப்பங்களில் முதுகெலும் புடையவன்கூட – நாய் மாதிரி வாலைத் தொங்கப்போட்டுக் கொண்டுதான் நடக்கிறான். அது நல்லதா மோசமா என்று யாரால் சொல்ல முடியும்! ன்னா ன்னா ன்னானேன்!!! ஓடுகின்றதைத் துரத்துகிறது நாய்; சரி, நண்பா, சரி, எனக்கு ஒரு உபதேச குரு மாதிரியாகவும், எனக்கு, எழுத்து விஷயத்தில் ஒரு வழிகாட்டியாகவும், எனது நிர்த்தாக்ஷண்யமான சிநேகிதராக விளங்கியவரும் ஒரு கவிதையில் எழுதினார் – வாவென்று விரட்டி, போவென்று அழைத்து இயங்கும் ஒரு சக்தி என்று புரிகிறதா நண்பா. ஒருவேளை ஜான் துரைசாமி இல்லாவிட்டால் நானும் ஒரு துரைசாமிதானே!!! நண்பா, மனிதர்கள் பேசு கிறார்கள்! நாய்கள் குரைக்கின்றன. ஆனால், நாய்கள் குரைப்பதை என்னால் வாங்கிக்கொள்ள முடிகிறது. ஏனென்றால் அது அவைகளின் பாஷை. ஆனால், தெரியாத விஷயங்களைப் பற்றி, தங்கள் பலவீனங்களை அம்மணமாகக் காண்பித்துக்கொண்டு, மாற்றானைத் திருத்தும் பிரமையில் மனிதன் வாய் நாறப் பேசுகையில் அவன்தான் குரைக்கிறான் என்று தோன்றுகிறது!!! நண்பா ஐயர் நவீனனுக்குத் தேகத்தைப் பற்றியும் – தேஹியைப் பற்றியும் ஒன்றும் தெரியாது என்ற வகையில் பேசினார். இது எனக்குச் சிவன் சொல்லித் தெரியும். ஆனால், எனக்குத் தேஹியில்தான் நாட்டம் அதிகம் என்றால் கூட, தேகத்தைப் பற்றி ஒன்றும் அப்படி அதிகம் அறியாதவன் என்று சொல்ல முடியாது. நண்பா மாணிக்கத்தைப் பற்றி நான் சொன்னதிலிருந்து, ஐயரைப் பற்றி நான் கொடுத்திருக்கும் குறிப்புகளிலிருந்து சுலோவைப் பற்றி நான் சிலாகித்திருக்கும் விதத்திலிருந்து – நண்பா, நான் அப்படி ஒன்றும் தேகத்தைப் பற்றித் தெரிந்து கொள்ளாதவனில்லை நண்பா. நண்பா, நீ என்னை வைதாலும் நீ என்னை வாழ்த்தினாலும், நீ நான்

இருக்கும் ஊருக்கு வந்து நான்கு தெருக்களை இருபத்து நான்கு தடவைச் சுற்றி நடந்துவிட்டு என்னைப் பார்க்காமல் போனாலும், நான் காட்டாத்துறைக்கு வரும்பொழுதெல்லாம் உன்னைப் பார்க்காமல் போகாவிட்டாலும் இதையெல்லாம் தாண்டி நிற்பது நம் உறவு நண்பா. நானே உனக்குச் சொல் கிறேன். நாம் இருவரும் ஒரு வீட்டுப் பிள்ளைகள் – ஒரே கர்ப்பத்திலிருந்து ஜனித்தவர்கள் – ஏனென்றால் நண்பா நீ இதை மறுக்கமாட்டாய் என்றே நம்புகிறேன் – எழுத்து என்பது நாம் வணங்கும் ஏக தெய்வம். தெய்வத்திற்குக்கூட நமக்கு எழுத்துத்தான் வழிகாட்டுகிறது. இப்பொழுது புரிகிறதா, நண்பா? நண்பா, எனது மேற்குறிப்பிட்ட அபிமான ஆசிரியர் எழுதிய மாதிரி நாம் எல்லோருமே பிரம்மத்தின் சிதறிய சாயைகள் அன்றி வேறென்ன? எதையோ எழுத வந்தவன், வழக்கம்போல், எதையோ எழுதிக்கொண்டு போகிறேன். பரவாயில்லை. தேகத்தைப் பற்றி எனக்கு நாலு விஷயங்கள் தெரியுமென்றேன். ஒரு இந்தியன் என்ற அடிப்படையில் ஒரு தமிழன் என்ற வேகத்தில் நான் நாய் புராணம் படித்திருக்கிறேன். நில், கேள், நாயின் தேகத்தைப் பற்றிச் சில புள்ளிவிவரங்கள் – நாய்க்கு மனிதனைவிட 10 பற்கள் அதிகம் – கீழ் வரிசையில் 22. மேல் வரிசையில் 20. நாடித் துடிப்பின் அமைதி – 100–101 உஷ்ணம் உடையது. சராசரி வாழ்க்கை எல்லை 10 – அதிகம் போனால் 20 ஆண்டுகள். இப்பொழுது இவ்வளவு போதும். நண்பா, நாய்களிலும் இந்த ஆண்–பெண் விவகாரம் உண்டு. ஏனென்றால் திருவல்லிக்கேணி வீரராகவ முதலித் தெருவில் வசித்த சி. சுப்ரமண்ய பாரதி எழுதிய மாதிரி லீலை இவ்வுலகு! நண்பா, எழுதும் பேனாவின் நுனியில் இருந்து துளிக்கும் மைத்துளிகளில் இருந்து ஜனிக்கும் உருவங்கள்தான் இந்நாவலில் உள்ள இப்பாத்திரங்கள். நண்பா, பீப்பாவுக்கு ஓர் பாப்பா தேவை. சுலோ என்ற பெயரை எழுதும்பொழுதே என் நண்பா எனது எழுதுகோல்கூட மெய்சிலிர்க்கிறது! ஜான் துரைசாமியின் அபிமான மாணவி என்பதால்? அல்லது பெண்மை என்ற பதத்திற்கே ஒரு வசீகர சக்தி இருக்கிறதோ? எனக்குத் தெரிய வில்லை. நண்பா, ஜான் துரைசாமி சொன்னமாதிரி இன்றளவும் எனக்கு என்னென்ன தெரிந்தாலும் ஒன்றொன்றும் தெரிய வில்லை. நண்பா! ஊசிக்கொல்லையிலே பாபா; பாசிக் குளத்திலே பாபா; வாசியை அடக்கித் தேர்ந்த பயிற்சியில் பாபா; உள்ளமென்ற ஊசி முனையில் பாபா, ராஜன் நடராஜன் ஆனந்த தாண்டவம் பாபா; மேட்டுத் தெருவிலே பாபா, அந்தத் தெரு முனையில் ஒரு கடை பாபா; ஒத்தை நோட்டு, பாபா; கையிலே ஒரு நாலணாத் துட்டு, பாபா; இப்படியும் ஒரு மனிதன் பாபா;

அவன் ஒடிந்து விழுந்து விடுவானோ என்றொரு ஐயம் பாபா; கெட்டி மேளம் பாபா ; பீபீ என்று ஆனந்த பைரவியில் குழல் ஊதுகிறான் பாபா; கல்யாண வீட்டில் பாபா ; கூடை நிறையப் பூக்கள் பாபா; மாலையில் பாபா; சந்தனம் பாபா சவ்வாது பாபா; ஓடி விளையாடு பாபா; நீ ஓய்ந்திருக்கலாகாது பாபா; ஸார், எனக்கு நாளைக்குக் கல்யாணம்; மேட்டுத் தெருவிலே பாபா; கடைக்குப் பின் புறத்திலே பாபா; கல்யாண வீட்டில் பாபா; அரை டிக்கட்டுகளும் முழு டிக்கட்டுகளும் பாபா; சுற்றிச் சுற்றி வருகின்றார்கள்; மாணிக்க வண்ணம் பாபா, மரகத சோதி பாபா; மாணிக்கத்திற்குக் கல்யாணம் பாபா, எனக்கு ஒரு பாட்டில் ஃபாண்டா பாபா; ஒரு தித்திப்புப் புளிப்பு, பாபா, என்னுடைய சுலோ தத்துவ சாஸ்திரத்தில் முதல் வகுப்பில் முதலாவதாகத் தேறினவள் என்று ஹரிபோல் சொன்னால் பாபா; ஒரு கனாக் கண்டேன் தோழி; மாயன் மதுசூதனன் வரக் கண்டேன் பாபா; பைத்தியம் பிடித்துச் சுலோ ஹாஸ்பத்திரிக்குச் சென்றதும், அவள் இல்லாத வீடு வெறிச்சோடிற்று என்று சொல்கிறார் ஹரிஹர சுப்ரமண்ய ஐயர்; ஹரிஹர மகாதேவா, இதுவும் உன் லீலாவினோதம்; சிவன், பாபா, அவன் சிரித்தான் பாபா; பொன்னார் மேனி, பாபா; புரி சடை; பாபா செம்பவள வாய் பாபா; அவன் நெற்றிக் கண் தாத்பர்யம் பாபா; அவன் ருத்ரரூபம் பாபா; இமய மலைச்சாரலில், உமையவள் பாபா; தவவேடம் பூண்டு சிவன் பொருட்டு அவனைப் புணரக் கடுந்தவம் புரிந்தாள் என்று ஒரு கதை பாபா; நாய்தான் பாபா; 14–20 மாதங்களில் அது பூப்பெய்கிறது பாபா; ஆண்டில் இருமுறை அது புணர்ச்சி பழகுகிறது என்று நாய் புராணம் கூறும் பாபா; இரு மாதம் அது கர்ப்பச் சுமை தாங்குகிறது. இதுதான் பாபா நாய்களைப் பற்றிய ஆண்–பெண் விவகாரம்; பத்து வருஷ வாழ்க்கையில் ஒன்று அல்லது இரு வருஷங்கள் பிறகு அது தனது பால்–உறவு வாழ்வை ஆரம்பிக்கிறது; சுலோ சொன்னாள்: My Hari Bol he is a heavy jug it is a terrible Jug. சிவனின் ருத்ரரூபம்; மனிதர்களுக்கும் மிருகங்களுக்கும் உள்ள ஏக வேறுபாடு மனிதர்களுக்குச் சிரிக்கத் தெரியும்; மிருகங்களுக்குத் தெரியாது என்று எங்கேயோ படித்த ஞாபகம். எழுத்து வாசனை – அது எப்படியாவது போகட்டும். யானைக்கு மதம் பிடிக்கும் என்றால் நாய்க்குப் பைத்தியம் பிடிக்கும் என்கிறார்கள். ஆண் நாயைவிடப் பெண் நாய்க்குத்தான் சிநேகிதம் ஜாஸ்தி. ஒரு நல்ல தோழன்; லகுவில் விஷயங்களைக் கிரஹித்துக்கொள்ளும் என்கிறார்கள். இது ஒரு இடைவெட்டு என்ற மாத்திரம்.

நாய்களுக்குக் கோடை காலத்தில்தான் பைத்தியம் பிடிக்கிறது என்கிறார்கள் – ஆங்கிலத்தில் இந்த அதி உஷ்ணமான வெயில் காலத்தை 'நாய் நாட்கள்' என்றே சொல்கிறார்கள். இந்த வியாதி வெளவால் பக்ஷியா மிருகமா – மூலமாகப் பரவுகிறது என்கிறார்கள். பைத்தியம், முதல் நாயின் நரம்புக் கட்டுகளைத் தாக்கி, அதன் மூளையைக் கௌவிப் பிடிக்கிறது என்கிறார்கள். முதலில் பைத்தியம் பிடித்த நாய் மிகவும் சிநேகிதமாக இருக்கிறது என்கிறார்கள். ஆனால், அல்ப க்ஷணத்தில்கூடச் சுபாவம் மாறி அது கடித்துவிடும். அதன் நாக்கில் சொட்டும் ஜலம் – ஜொள்ளு – விஷம் நிறைந்தது. 10 நாட்களில் இருந்து 8 மாதம் வரை இந்த வியாதி முற்றுகிறது என்கிறார்கள். அது இப்பொழுது குரைத்தால் நாய் குரைக்கிற மாதிரியே இருக்காது என்கிறார்கள். இந்த வியாதியில் இரண்டு வகை – வெறி தீவிரம் ஒரு வகை, மத்துப் பிடித்து மௌனமான வகை ஒன்று; அப்பொழுது அது தண்ணீரை முழுங்க முடியாமல் தவிக்கிறது; ஓடுவதில்லை; வெறி நாய் கடித்த மனிதன்தான் இந்தக் கஷ்டத்தைச் சகிக்க முடியாமல் தண்ணீரைக் கண்டாலே ஓடுகிறானாம்; வியாதி பிடித்த 3 அல்லது 5 நாட்களில் அது செத்துவிடுகிறது; சாவுக்கு முன் அதன் சலனம் ஸ்தம்பித்து செத்துவிடுகிறது; சாவுக்கு முன் அதன் சலனம் ஸ்தம்பித்து கட்டையை நீட்டிவிடுகிறது. வெறிநாயிலிருந்து மனிதனைக் காப்பாற்றுவதற்கு வேனில் நாட்களில் நாய்களையே கொல்கிறார்கள். பிறகு வைத்திய சாஸ்திரம் இருக்கவே இருக்கிறது. பாஸ்சர் – விஷத்தை விஷத்தால் கொல்வது, படிக்கவே பயமாக இருக்கிறது இல்லையா? என்றாலும், நண்பா, வாழ்க்கையில் பல கட்டங்களில் மனிதன்.

தில்லாத் தில்லாத் தில்லாலே
என
ஆடிப்பாடி
ஓடிச்
சாடும் மனிதன்
"ஐய்யய்யோ
அல்லா
எல்லாம் போச்சே"
என்றுஅடி சாய்ந்த
மரம் போல்
ஏன் விழறான்
என்று கேளடி வாலைப்
பெண்ணே!

சுலோ – அவள் ஒல்லி உருவம்; அவள் பன் கொண்டை; அவள் மெல்லிய உணர்ச்சிகள்; அதிகூர்மையான மூளை; – அவனுக்கு ஏன் இப்படி? அதைவிட ஏன் மனிதனுக்குப் பைத்தியம் பிடிக்கிறது? மனம், மனதின் மனனம்; இடைவிடாத நச்சரிப்பு – அவளுக்கு ஏன் இப்படி? அவள் அப்பாவின் அதிசாமர்த்தியம் – ஐயரின் அதிவாத்சல்யம் – அவள் டெக்கார்ட்டே தாகம் தெரியவில்லை. நாம் காரணம் என்று சொல்வதெல்லாம் காரியத்தை வைத்துக்கொண்டு செய்கிற விவகாரம் – காரணத்திற்குக் காரணம்? (தேரையே, உனக்கு ஒரு நமஸ்காரம்) ஒருவேளை அவள் பேயாட்டம் கூட்டை உடைத்துக்கொண்டு பரத்யக்ஷத்தைக் காண், விதேக முக்தி பெற ஒரு அசுர முயற்சிதானா? நாம் காண்பது நமக்கு ஒன்றும் தெரியாது என்பதுதான் நமது அடிப்படை ஞானம். நவீனன் பேனா வெகு வேகமாகச் சலித்தது. தேரையின் அறை – அதில் சுருண்டு கிடக்கும் ஒரு நாய் – கடைசி யாத்திரை – எல்லாருக்கும் மூத்தவன் – அவனைத் தொடரும் நிழல் உருவங்கள் – அவன் பின் வருபவர் ஒருவர் பின் ஒருவராகச் செத்துக்கிடக்கிறார்கள் – அவனும் அந்த நாயும் மாத்திரம், இங்கு நவீனன் நிறுத்தினான். மனிதன் உய்ய ஒரு நாய். புராதன ஞானம். மெய்ப்பொருள் அதன் பாஷ்யம் அதாவது,

பாடலும் உரையும்

> எப்பொருள் எத்தன்மைத் தாயினும் அப்பொருள்
> மெய்ப்பொருள் காண்ப தறிவு.

(இதன் பொருள்) யாதொரு பொருள் யாதோரியல் பிற்றாய்த் தோன்றினும் அத்தோன்றியவற்றைக் கண்டொழியாது அப்பொருள்கண் நின்று மெய்யாகிய பொருளைக் காண்பதே மெய்யுணர்வாவது.

பொருள் தோறும் உலகத்தார் கற்பித்துக்கொண்டு வழங்குகின்ற கற்பனைகளைக் கழித்து, நின்றவுண்மையைக் காண்பதென்றவாறாயிற்று, அஃதாவது கோச்சேரமான் யானைக் கட்சேஎய் மாந்தரஞ் சேரலிரும்பொறை என்ற வழி அரசனென்பதோர் சாதியும், சேரமானென்பதொரு குடியும், வேழ நோக்கினையுடையான் என்பதோர் வடிவும், சேயென்பதோர் இயற்பெயரும், மாந்தரஞ் சேரலிரும்பொறை என்பதோர் சிறப்புப் பெயரும், ஒரு பொருளின் கண் கற்பனையாகலின். அவ்வாறுணராது நிலம் முதல் உயிர் ஈறாகிய தத்துவங்களின் தொகுதியென உணர்ந்து, அவற்றை நிலம் முதலாகத் தத்தம் காரணங்களுள் ஒடுக்கிக்கொண்டு சென்றால்

காரண காரியங்கள் இரண்டுமின்றி முடிவாய் நிற்பதனை உணர்த்தலாம். 'எப்பொரு'ளென்ற பொதுமையால் இயங்கு திணையும் நிலத்திணையுமாகிய பொருள்களெல்லாம் இவ்வாறே உணரப்படும்.

இங்கு நவீனன் தன் எழுத்தை முடித்துவிட்டுத் தன் அறையை விட்டு வெளியே சென்றான்.

◆